நீரோட்டம்
(நாவல்)

இரவீந்திரபாரதி

நியூ செஞ்சுரி புக் ஹவுஸ் (பி) லிட்.,
41-பி, சிட்கோ இண்டஸ்டிரியல் எஸ்டேட்,
அம்பத்தூர், சென்னை - 600 050.
☎ : 044 - 26251968, 26258410, 48601884

Language: Tamil
Neerottam
Author : **Ravindrabharathi**
First Edition: August, 2023
Copyright: Author
No. of Pages: 118
Publisher:
New Century Book House Pvt. Ltd.,
41-B, SIDCO Industrial Estate,
Ambattur, Chennai - 600 050.
Tamilnadu State, India.
Email: info@ncbh.in
Online: www.ncbhpublisher.in

ISBN. 978-81-2344-515-1

Code No. A 4878

₹ 135/-

Branches:
Ambattur 044 - 26359906, **Spenzer Plaza (Chennai)** 044-28490027
Trichy 0431-2700885 **Pudukkottai** 04322- 227773 **Thanjavur** 04362-231371
Tirunelveli 0462-4210990, 2323990, **Madurai** 0452-2344106, 4374106
Dindigul 0451-2432172 **Coimbatore** 0422-2380554 **Erode** 0424-2256667
Salem 0427-2450817 **Hosur** 04344-245726 **Krishnagiri** 04343-234387
Ooty 0423-2441743 **Vellore** 0416-2234495 **Villupuram** 04146-227800
Pondicherry 0413-2280101 **Nagercoil** 04652-234990

நீரோட்டம்
ஆசிரியர் : **இரவீந்திரபாரதி**
முதல் பதிப்பு: ஆகஸ்ட், 2023

அச்சிட்டோர்: **பாவை பிரிண்டர்ஸ் (பி) லிட்.,**
16 (142), ஜானி ஜான் கான் சாலை, இராயப்பேட்டை, சென்னை - 14
☎: 044-28482441

All rights reserved. No part of this book may be reprinted or reproduced or utilised in any form or by any electronic, mechanical, or other means, now known or hereafter invented, including photocopying and recording, or in any information storage or retrieval system, without permission in writing from the publishers.

இது முன்னுரை அல்ல...

நடத்துனர் பயணச்சீட்டு கொடுக்க வந்த போதுதான் முகிலனுக்கு, தான் பேருந்தில் பயணிக்கிறோம் என்ற நினைவே வந்தது. பேருந்தில் ஏறியவுடன் ஜன்னலோர இருக்கையில் இடம் கிடைத்ததில் வசதியாக அமர்ந்ததும், ஆவலோடு ஐயா கொடுத்த நீலநிற கோப்பைத் திறந்து பார்த்தான். முத்து முத்தான கையெழுத்தில் நேர்த்தியான வரிகளில் ஐயாவின் முகமே தெரிந்தது.

முதலில் அதிர்ச்சியாகவும், கூச்சமாகவும் கூட இருந்தது. ஐயா சொன்னதைக் கேட்டு. ஐம்பது ஆண்டுகளாகச் சலிப்பின்றி படித்தும், எழுதியும், பேசியும் வரும் மூத்த படைப்பாளி அவர். அவருடைய நாவலுக்கு நாம் எப்படி முன்னுரை எழுதுவது? என்ற தயக்கம் தொடர்ந்தது. பேசாமல் திருப்பித் தந்து விடலாமா என்றுகூட யோசித்தான்.

முகிலன், ராஜேஷ்குமார், பாலகுமாரன், வைரமுத்து என்று படித்துக் கொண்டிருந்த காலத்தில் எழுத்தாளர் தனுஷ்கோடி ராமசாமிதான் நவீன இலக்கியத்தை அவனுக்கே அறிமுகப்படுத்தியவர். இருபத்தைந்து ஆண்டுகளுக்கு முன்பே தனுஷ்கோடி முதன்முதலில் எழுதிய கடிதத்திலேயே 'நீலகண்ட பறவையைத் தேடி', 'ஏழு தலைமுறைகள்' எனப் படிக்க வேண்டிய புத்தகங்களை பரிந்துரைத்தோடு உங்கள் பகுதியில் உள்ள முக்கிய படைப்பாளி இரவீந்திரபாரதி அவர்களைச் சந்தியுங்கள் என்று எழுதியிருந்தார். முதல் சந்திப்பிலேயே உள்ளம் கவர்ந்தவர் ஐயா. தான் படித்த புத்தகங்களைப் பற்றி, சந்தித்த எழுத்தாளர்களைப் பற்றி உற்சாகமாகப் பேசக்கூடியவர். தொடர்ந்து நவீன இலக்கியம் படிக்கும் மார்க்சியர். நீண்டகாலமாக தர்மபுரியின் கலை இலக்கிய செயல்பாடுகளின் மையம் அவர்.

வரலாற்றில் தகடூர் என்று அறியப்படுகிற தர்மபுரி சங்ககாலம் தொட்டே இலக்கியங்களில் பேசப்பட்ட மண். இந்த மண்ணும், மக்களும் மொழியும், வாழ்க்கையும் தனித்துவமானது. ஆனால் நவீன இலக்கியத்தில் இப்பகுதியின் பங்களிப்பு இல்லையா? அல்லது கண்டு கொள்ளப்படவில்லையா என்பது ஆய்வுக்குரியது.

தொடக்கக் காலத்திலிருந்தே கலை இலக்கியப் பெருமன்றம், தமுஎகச மற்றும் பல அமைப்புகள் தொடர்ந்து தீவிரமாக இயங்கி வந்த பகுதி இது. தமிழகத்தின் முன்னணி கலை இலக்கிய ஆளுமைகள் பலரையும் தர்மபுரி கொண்டாடிய அளவுக்கு இங்குள்ள படைப்பாளிகளைத் 'தமிழ்கூறு நல்லுலகம்' கண்டு கொள்ளவில்லையே என்ற வருத்தமும் முகிலனுக்கு உண்டு. சென்னையை விட்டால் மதுரையைத் தாண்டி தெற்கேதான் தமிழ் இலக்கியம் தொடர்ந்து மையம் கொள்கிறது. இங்கு தெற்கு வளர்கிறது வடக்கு தேய்கிறது என்ற கதைதான்.

இந்நிலையில்தான் ஐயாவின் 'காட்டாளி', 'கருக்கலில் முறிபடும் சிறகுகள்' நாவல்கள் இதுவரை பதிவு செய்யப்படாத இப்பகுதியின் வட்டார வழக்கை அப்பட்டமாகப் பதிவு செய்து பெரும் கவனம் பெற்றது.

குண்டும், குழியுமான சாலையிலும் பேருந்தின் வேகத்துக்கு குறைவில்லை; பாவம் அந்த ஓட்டுனர். குழிகளுக்கு மத்தியில் சாலையை தேடிக் கொண்டிருந்தார். சேலம்-அரூர் சாலையில் ஒருவர் வண்டியை ஓட்டி விட்டால் இமயமலையில் கூட ஓட்டிவிடலாம். பல ஆண்டுகளாக இதே நிலைதான். இருக்கிற சாலையையே ஒழுங்கா போட வழியில்லை. இன்னும் எட்டுவழி சாலை வேறு... என்ற நினைப்பு வந்தது. இருந்தாலும் கரும்பைக் கையில் வைத்துக் கொண்டு கடிக்காமல் இருக்க முடியுமா? நாவலில் மூழ்கிப் போனான் முகிலன்.

முதல் இரண்டு நாவல்களில் வட்டார வழக்கை முதன்மைப்படுத்தி எழுதிய நிலையில் தற்போது 'நீரோட்டம்' வேறு தளத்தில் பயணிக்கிறது.

ஓர் எழுத்து அதன் வட்டார வழக்கால் மட்டுமே இலக்கியம் ஆகி விடுவதில்லை; எல்லா எழுத்தும் தன்னைச் சுற்றியுள்ள சமூகத்தோடு கொள்ளும் உறவில் இருந்தே உருவாகி வருகிறது.

இந்நாவலில் வரும் பாத்திரங்களும், நிகழ்வுகளும் அசலானவை.

ஒரு குக்கிராமத்தில் பெண் பார்க்கும் படலம்.

'நாங்க திர்ணா மலைக்குப் பக்கமாந்து வர்றோம். மொதத்தபாவே உங்க ஆளு ஒருத்தரு கையில சொல்லி அனுப்பியிருந்தோம். அவரும்,

அதா கீறாரே! அவரு சொன்னாங்காட்டியுந்தான் இங்க வந்துக்கீறம். அதான்!'

அடுத்து திருமணம் முடிந்து புகுந்த வீட்டில்...

'ஏண்டி வாயில் என்னத்த வச்சிக்கினு கீற? வாயத் தொறக்க மாட்டீங்களா? வாயத் தொறந்தா முத்து சிந்திடுங்களா? கூப்பிட்டா இதா வந்திட்டேங்கேன்னு சொல்லணும் தெரியுமா? உங்க வூட்ல இதெல்லாம் சொல்லிக் குடுக்கலியா?'

மகளின் நிலையைப் பார்த்து தாய்...

'அய்யோ, மகளே! என்னாடி இது?' தலையிலடித்துக் கொள்வாளா? கண்ணீர் விடுவாளா? கதறித் துடிப்பாளா? ஓலகமிடுவாளா? ஒப்பாரி வைப்பாளா?

மாரிதான் சமாளித்துக் கொண்டு, நாமளே இப்படி கத்திக் கதறி ஆர்ப்பாட்டம் பண்ணி வெளிச்சத்துக்குக் கொண்டு வரணுமா? நிறுத்துடி புள்ள! சும்மா இருக்கமாட்டே! நம்ம புள்ள! நாமளே அவள சித்திரவத பண்ணணுமா? கம்முனு இரு சின்னம்மா, சீக்காய அலசி சட்டு புட்டுனு உடுப்பு மாத்து!

அழையா விருந்தினராக வந்த கோவிந்த செட்டியின் பஞ்சாயத்து...

'என்னாயா மங்கா? மாரி ரொம்ப ஆர்ப்பாட்டம் பண்றா? வந்த ஒரம்பரைய வாசல்ல வச்சிக்கினே பேசறீங்களே பரவால்லியா! எதாந்தாலும் ஒக்காந்து பேசிக்கலாம் உள்ள கூட்டினு போங்கம்மா! என்னா இது? நம்ம ஊரப்பத்தி என்னா நெனப்பாங்க! என்னாத்துக்கு இப்படி கும்புலு கூடுவீங்க? எதுனா ஒன்னுன்னா வந்தர்ரீங்க! இங்க என்ன அவுத்துப் போட்டுனு ஆட்றாங்களா? என்னாத்துக்கு இப்படி திமுதிமுன்னு மொய்க்கிறீங்க?'

சிறிய கிராமம், எளிய மனிதர்கள், ஒரு பள்ளிக்கூடம், காதல், சாதி இவையெல்லாம் வழக்கமானவைதான். ஆனாலும் தேர்ந்த மொழியில், வட்டார வழக்கில் அசல் கிராமத்தை நம் முன் நிறுத்துகிறார் இரவீந்திரபாரதி. அதுவே இந்நாவலின் வெற்றி.

இது ஒரு குக்கிராமத்தில் பிறந்து, எளிய மக்களோடு வாழ்ந்து, அவர்களின் சுகதுக்கங்களில் பங்கெடுத்து அதே மண்ணில் 50 ஆண்டுகள் வேர்விட்டு கிளை பரப்பி விரிந்த மரத்தின் விளைச்சல்.

வட்டார வழக்கு அம்மக்களின் பண்பாட்டின் அடையாளம். அதுவே ஒரு மொழியின் சிறப்பு. ஒவ்வொரு பகுதிக்கும் தனியான

மண், மக்கள், பண்பாடு, மொழி, வாழ்க்கை. இந்த வாழ்க்கையை தமிழில் எல்லாப் பகுதிகளிலும் எழுதிக் குவித்து விட்டார்கள். வட்டார வழக்கு அகராதிகளாகவும் தொகுத்து வட்டார மொழிக்கு ஒரு அங்கீகாரத்தையும் தந்துவிட்டார்கள். இந்நிலையில் இரவீந்திரபாரதி அவர்கள் இந்நாவலின் மூலம் எங்கள் பகுதி வாழ்க்கையை வரலாறாக்கியுள்ளார்.

முந்தைய அவரது நாவலுக்குத் தமிழ்நாடு அரசின் சிறந்த நாவலுக்கான பரிசு கிடைத்தது. இந்நாவல் அதையும் தாண்டி தேசிய, சர்வதேச அளவில் கவனம் பெற வேண்டும். அது இந்த மண்ணுக்கும், மக்களுக்கும் பெருமை சேர்ப்பதாக அமையும். வாழ்த்துக்கள்.

அன்புடன்,
இ.தங்கமணி
மூக்கனூர்ப்பட்டி

என்னுரை

இது நமது மூன்றாவது நாவல், 'காட்டாளி' பரவலான வரவேற்பைப் பெற்றது. இரண்டாவது நாவல், 'கருக்கலில் முறிபடும் சிறகுகள்' தமிழக அரசு பரிசு பெற்றது. இந்த நாவலான 'நீரோட்டம்' உங்கள் முன் வைக்கப்படுகிறது. இதுவும் நல்ல அங்கீகாரத்தைத் தரும் என்று நம்புகிறோம்.

இந்தச் சமூகம், சாதியால் கட்டப்பட்ட சமூகம். நாம் எவ்வளவோ வளர்ச்சி பெற்றிருக்கிறோம். அவ்வளர்ச்சி இச்சமூகத்தின் அனைத்துப் பகுதிகளுக்கும் போய்ச் சேர்ந்திருக்கிறதா என்பதைப் பார்க்க வேண்டியிருக்கிறது. நமது முன்னேற்றத்துக்கு பெரும் தடையாய் இருப்பது இந்தச் சாதி அமைப்பே. நமது பண்பாட்டு வளர்ச்சி இதனால் பெரிதும் பாதிக்கப்படுகிறது. ஆணும், பெண்ணும் மனமொத்து விரும்புவதை, ஒருவர் மீது ஒருவர் நட்பு கொள்வதை, அந்த நட்புக் காதலாகிக் கனிவதை இந்தச் சாதி அமைப்பு குறுக்கே வந்து மறிக்கிறது. இதனால் மனித மாண்பு, மனித உறவு, ஒத்திசை வாழ்வு நெருக்கடிக்குள்ளாகிறது. இதை எதிர்த்துதான் சமூகம் தொடர்ந்து தனது போராட்டத்தை நடத்தி வருகிறது.

அறிவியல் வளர்ச்சி சாதியைத் தகர்க்கும் என்று எதிர்பார்த்தோம். ஆனால், சாதியச் சக்திகள் அதையே தமது வளர்ச்சிக்குப் பயன்படுத்துவதை அன்றாடம் பார்த்துக் கொண்டுதான் வருகிறோம்.

கல்வி அறிவு பெற்றால் சாதி ஒழியும் என்று நம்பினோம். பள்ளிகள், கல்லூரிகள், பல்கலைக்கழகங்கள், தொழில்நுட்பக் கல்லூரிகள் பரவலாகியும், அவ்வக்கல்வி நிறுவனங்களிலேயே சாதி கோலோச்சுவதைத் தடுக்க முடியாத சூழல்தான் இன்னமும் தொடர்கிறது. உயர்கல்வி நிறுவனங்களில் இன்னும் மோசம். ஆதிக்கச்சாதியின் ஆட்டம் தலைவிரித்தாடுவது கண்கூடு. இந்தச்

சாதியச் சூழல் எவ்வாறு வாழ்க்கையை நார்நாராகக் கிழிக்கிறது என்பதை ஓரளவு தொட்டுக்காட்ட முயல்கிறது. எத்தனைத் தடை வந்தாலும் நீரோட்டம் நிற்பதில்லை; அது தொடர்ந்து தனக்கான பாதையை அமைத்துக் கொண்டு பயணித்துக் கொண்டேயிருக்கும். வாழ்க்கையும் ஒரு நீரோட்டம் தான். அதுவும் காலங்காலமாக கல்லில் பாறையில் மோதி மோதித் தனது பயணத்தை முன்னோக்கியே நகர்த்திக் கொண்டிருக்கிறது. அந்த நீரோட்டம் தற்கால வாழ்விலும் எவ்வாறு பயணிக்கிறது என்பதைக் கோடுகாட்ட முயல்வதே இந்நாவலின் நோக்கம்.

அன்றாடம் வாழ்வின் தளும்பல்களில் சிலவற்றையாவது காட்ட முயன்றிருக்கிறது. வாழ்க்கைதான் பெரும் ஆசான். அது நமக்குப் போதித்துக் கொண்டேயிருக்கிறது. அதனிடமிருந்து கற்றவற்றில் சில துளிகள்தான் இங்கே பதிவாகியிருக்கிறது. அதன் பெருமணற்பரப்பில் புரண்டதில் உதிரும் சிறுசிறு துகள்களின் சேகரம், அந்த நீரோட்டத்தில் தெறித்த சில துளிகளின் பதிவுகள் நாவலாக முயன்றதை இந்த 'நீரோட்டம்' முன் வைக்கிறது.

இந்த நாவலுக்கும் பெயர் வைக்க அன்புத் தோழர் சிசுபாலனுடனான கலந்துரையாடல் உதவி செய்தது. எனது எழுத்துப் பயணத்தில் அக்கறை கொண்டுள்ளவர்கள் பதிப்பாளர் திரு.இரா.திருவேங்கடம், தோழர்கள் கே.சின்னக்கண்ணன், ஆர்.நடராஜன். தருமபுரியின் முகத்தையே மாற்றியமைத்த முன்னாள் நாடாளுமன்ற உறுப்பினர் மருத்துவர் இரா.செந்தில்.

நாவலை எழுதத் தொடங்கியதிலிருந்தே நண்பர் தங்கமணியுடன் அவ்வப்போது பேசிக்கொண்டே வந்தேன். தங்கமணி தீவிர வாசகர். தமிழின் சிறந்த ஆளுமைகளோடு நெருங்கிய தொடர்பில் இருப்பவர். இருபது ஆண்டுகளுக்கும் மேலாக மொரப்பூர் இலக்கிய வட்டம் மூலமாகத் தொடர்ந்து இலக்கியப் பணி ஆற்றி வருபவர். இப்போது தகடூர் புத்தகப் பேரவை மூலம் வாசிப்புப் போரையே தருமபுரி மாவட்டத்தில் நிகழ்த்தி வருபவர். இவர் இலக்கியவாதிகளின் வேடந்தாங்கல். விமர்சகர் முக்கியமென்றாலும் வாசகரே நூலின் வெற்றியைத் தீர்மானிப்பவர். நீரோட்டத்துக்கு யாரிடம் முன்னுரை வாங்குவது என்ற தேடல் தொடங்கியவுடனே முதலில் நினைவுக்கு வந்தவர் தங்கமணி. தொடர்ந்த செயல்பாடும், தீவிர வாசிப்பும் கொண்ட தங்கமணிதான் முன்னுரை தர வேண்டுமென்று தெரிவித்தேன். அவரோ சுலபத்தில் மசியவில்லை. பெருத்த தயக்கத்தின் பின்னரே

அன்புத் தொல்லை தாங்காமல்தான் இணங்கினார். முன்னுரையே படைப்புத் தன்மையோடு விளங்குவது சிறப்பு. அவருக்கு நன்றி!

‘நீரோட்டம்’ என்சிபிஎச் வெளியீடாக வருவதில் மிகுந்த மகிழ்ச்சி. நூலை வெளியிடும் தமிழகத்தின் அறிவுக் களஞ்சியம் நியூ செஞ்சுரி புத்தக நிறுவனத்திற்கு நன்றி!

நல்ல முறையில் கணினி அச்சு செய்து தந்த விவா கதிர்வேலுக்கு நன்றி சொல்லியே ஆக வேண்டும். புத்தக வேலை என்றால் ‘விவா’ தான். சேலத்தின் செல்வம் கதிர்வேல். வேலை என்பதில்லாமல் கடமையாகச் செய்பவர் கதிர்வேல். அவருக்கு நன்றி!

எனது எழுத்து வேலைக்கும், இலக்கியப் பணிக்கும் எப்போதும் ஒத்துழைக்கும் எனது துணைவியார் ச.சிங்காரம், எனது அன்புத்தம்பி சிவஞானம் மற்றும் துணைவி சத்தியசெல்வி இவர்களுக்கும் என் அன்பு.

தமிழ் இலக்கிய உலகம் வரவேற்று அங்கீகரிக்கும் என்ற நம்பிக்கையோடு.

இரவீந்திரபாரதி
417-3, பாரதியார் நகர்
அரூர்*-636903*
பேசி : *9442158086*

1

‘வான்மதி’ வந்ததும் பரபரப்பாகி விடுவான் முகிலன். அப்படித் தான் செப்டம்பர் மாத இதழ் வந்ததும் அதில் அவனது நேசத்துக்குரிய எழுத்தாளர் இளமுருகுவின் பக்கங்களைப் படபடவென்று புரட்டிப் படித்தான். இந்த மாதக் கதையின் தலைப்பு ‘கனல் சிந்தி.’ இந்தத் தலைப்பின் சொல்லோடு தொடங்கும் ஒரு கவிதை வரி நினைவுக்கு வரத் தவறவில்லை. ஆம் பாவேந்தரின் ‘கண்ணில் கனல் சிந்தி கட்டழிக்க வந்தவளே!’ என்ற வரிதான் அது. இது எத்தகைய கனலைச் சிந்தப் போகிறதோ? என்று ஆவலோடு வாசிக்கத் தொடங்கினான். ‘அடஅட! என்னமா போகுது கதை. சேலத்தில் செல்லும் பேருந்தில் நடப்பதாகப் போகிறது கதை. என்ன பொருத்தம், அவனும் சேலம் செல்லும் பேருந்தில்தான் சென்று கொண்டிருக்கிறான். இந்தக் கதையின் ஆசிரியரான இளமுருகு அவர்களைப் பார்க்கத்தான். இளமுருகுவின் எழுத்தை வாசித்துவிட்டு மற்றவற்றை உடனே அவனால் வாசிக்க முடியாது. அவரது எழுத்து உலகத்தில் சஞ்சரிப்பதில் ஒருவித லயிப்பு அவனுக்கு. அது அவனது மனதைப் பரவசப்படுத்தும், கொந்தளிக்கச் செய்யும். அந்த அந்த நேரத்தில் அந்த எழுத்து எடுத்துச் செல்லும் பொருள், தொனி, பார்வையைப் பொருத்து அவன் அதற்குத்தக கிளர்ச்சியோ, ஆவேசமோ எவ்வாறென்று சொல்லமுடியாத ஒரு உன்மத்த நிலையை எய்திவிடுவான். ஒரு அலாதியான அனுபவத்தில் மூழ்கிவிடுவான். ஒருமணியோ ஒருநாளோ சென்ற பிறகுதான்; அந்த இதழின் மற்ற பகுதிகளை அல்லது வேறு பிரதிகளை அல்லது புத்தகங்கள் மீது அவன் கவனம் செல்லும். இந்தக் கதையின் சூழல், அதன் சித்தரிப்பில் உள்ள கலைத்தன்மை, எழுத்தின் வேகம், யாதார்த்தப் பாங்கு, சொற்களைப் பொருத்தமுறக் கையாளும் நேர்த்தி இவற்றை நினைத்து நினைத்துப் பன்னிப்பன்னி மனசுக்குள்ளேயே ஓர் உரையாடலை நிகழ்த்திக் கொண்டு வரவும், ‘சுந்தர் லாட்ஜ்ஜெல்லாம் வெளியே வாங்க’ நடத்துநரின் குரல் கேட்டு ‘அடடே, எடம் வந்திருச்சிப் போல’ என்று திடுக்கிட்டு எழுந்து பையைத் தோளில் மாட்டிக் கொண்டு இறங்கினான். இறங்கி சாலையைக் கடந்து எதிர்ப்புறம் கன்னங்குறிச்சி செல்லும் நகரப் பேருந்தைப் பிடிக்க வேண்டும். அதுவரை அவனுக்குப் பொறுமையில்லை. இடதுபக்கம் ஆட்டோக்கள் அணிவகுப்பை நோக்கிக் கால் சென்றது. ஒரு ஆட்டோவைப் பிடித்து இடத்தை நோக்கி விரைந்தான்.

எம்.ஜி.ஆர் நகர் பெயர்ப்பலகையைப் பார்த்ததும், ‘பார்ப்பா அந்தப் பெயர்ப் பலகைக் காட்டுது பார் அம்புக்குறி! எடது பக்கமா திருப்பு, வந்துடிச்சி! வந்துடிச்சி நிறுத்து நிறுத்து’ ஆட்டோக் கட்டணத்தைக் கொடுத்துவிட்டு விறுவிறு என்று மாடிப்படி ஏறினான். முதல்மாடியில் விசாலமான அறை. சுற்றிலும் புத்தகங்கள், புத்தகங்கள். நடுவே மேசை நாற்காலி. மூன்று பேர் அமரும் சோபா ஒன்று. ஒருவர் அமரும் சோபாக்கள் இரண்டு. இதுவல்லாமல் ஏழெட்டு நாற்காலிகள் ஒன்றின் மீது ஒன்றாக அடுக்கி வைக்கப்பட்டுள்ளன. நல்ல காற்றோட்டம், வெளிச்சம் மிகுந்த அறை. எழுதுவதற்கும் படிப்பதற்கும் ஏற்ற அமைதியான சூழல். சுவரில் புத்தர், காந்தி, அம்பேத்கர், பெரியார், மார்க்ஸ், எங்கெல்ஸ், லெனின், ஜீவா மறுபுறச் சுவரில் பாரதி, பாரதிதாசன், தமிழ்ஒளி, கண்ணதாசன், பட்டுக்கோட்டை, புதுமைப்பித்தன், ஜெயகாந்தன், மௌனி, தி.ஜானகிராமன், சுந்தர ராமசாமி, கிரா. எனப் பன்மைத் தன்மை மிகுந்த காட்சி. பெரிய அறை என்பதால் படங்கள் இடைவெளி விட்டுத் தனித்தனியே கலைத் தன்மையுடன் பொருத்தமுற அமைக்கப்பட்டிருந்தன. எத்தனை முறை வந்திருக்கிறான்! எப்போது வந்தாலும் அப்போது தான் வந்ததுபோலப் பார்த்துப் பார்த்து பரவசமடைவான் முகிலன். இந்த வீடு ஏற்காடு மலையடிவாரத்தில் குளுகுளு காற்று வருட இயற்கைச் சூழலில் அமைந்திருப்பதை ஒவ்வொரு முறையும் சொல்லிச் சொல்லிச் சிலாகிப்பான். வங்கி அதிகாரியான அவரது விருப்ப ஓய்வுக்குப் பிறகு (எழுதுவதற்காகவே விருப்ப ஓய்வு) கிடைத்த பணிக்கொடையின் மறுகொடைதான் இந்த அழகிய வீடு. இதைக்கூட அவன் சொல்லிச் சொல்லி மகிழ்வான்,

‘வா முகில்! ஒரு வாரமாக ஆளக் காணோம்! நெறைய வேலையா? நல்ல வேளை! இன்னிக்கு நீ வரலேன்னு வச்சிக்கோ! நானே உன்னைத் தேடி வந்திட்டிருப்பேன்! இங்க ஒண்ணும் வேல ஓடமாட்டங்குது தீபாவளி மலருக்குக் கதை கேட்டு நெருக்கறாங்க. விகடன்லிருந்து நேராவே வந்துட்டாங்க. எங்கேயாவது போயிட்டு வந்தாதான் எழுத முடியும் போல ஒரு எண்ணம் வந்துச்சி. எங்கப் போறதுன்னு யோசிக்க, சட்டுன்னு நீதான் ஞாபகத்துக்கு வந்த வா வா! என்ன சொல்லட்டும். தேனீரா, காபியா!’

‘அதல்லாம் அப்புறம் பாத்துக்கலாங்கய்யா! எனக்கும் அப்படித்தாங்கய்யா! இங்க வேற ஒரு வேலைக்காக வந்தேன். அத முடிச்சிட்டு உங்களப் பாக்குறதுதான் திட்டம். வண்டியில வரும் போதே வான்மதியில் படிச்சிட்டேன். அதுக்குப் பிறகு உங்களப் பாத்துட்டுத்தான் மறுவேலன்னு ஆயிடுச்சி!’

'அப்படியா!, வான்மதி வந்திடுச்சா? எங்கே குடு பாக்கலாம். இன்னும் எனக்கு வர்லே! அஞ்சல்ல அனுப்பறது அநேகமாக இன்னிக்கி வந்துடும்!'

'நல்லாதான் போட்டுருக்கான். படங்கூட நல்லா அமைஞ்சிருக்கு!ம் சொல்லுப்பா நல்லாருக்கியா!'

'அய்யா, கதை விறுவிறுன்னு போகுதுங்கய்யா. மூணே பக்கம்னாலும் முத்தாய்ப்பா இருக்குதுங்கய்யா!'

'பக்கம் ஒரு பிரச்சனையில்ல! நாம எடுத்துக்கிற பிரச்சினைக்குத் தகுந்தாப்பல அதுக்கான பக்கம் அமைஞ்சிடும். எழுத்து, எழுத எழுத அது தனக்குத் தேவையான பக்கத்தை அமைச்சிக்கும்தானே!

'இவன் அந்தப் பொண்ணுக்குத் தொந்தரவு குடுக்கக் குடுக்க இவ என்னுமோ செய்யப்போறான்னு நா ரொம்ப எதிர்பார்த்தேன். கன்னத்துல பளார்னு குடுக்கப் போறான்னு எதிர்பார்த்தேன். இல்லன்னா கால்ல இருக்குறத கழட்டி நாலு வாங்கு வாங்குவான்னு தான் எதிர்பார்த்தேன். எங்க எதிர்பார்ப்பையெல்லாம் தாண்டி நீங்க வேறு ஒரு முடிவு வச்சிட்டீங்களே!'

'அப்படித்தான், எல்லாத்துக்கும் முன்னால அவன அவமானப் படுத்தணும்னுதான் நானும் நெனச்சேன். ஆனா அந்தப் பொண்ணு அப்படியொரு முடிவ எடுத்துட்டா! அதுவும் நல்லாத்தான் இருக்குன்னு அவ போக்கில விட்டுட்டேன்.'

'அதாவது கத தன்னைத்தானே கட்டமைச்சிக்கிற போக்குக்கு நீங்க ஒத்துப் போயிட்டீங்க!'

'சரியா சொன்ன! எப்பவுமே கதய அதுவா போகிற போக்கில நாம அனுமதிச்சாதான் இயல்பா அமையும். நாம மூக்க நுழைச்சா அது துருத்திகிட்டு நல்லாவா இருக்கும்? அதான் அதன் போக்கிலேயே நானும் விட்டுட்டேன். நாம ஒரு கத எழுதுனா அது தன்னத்தானேயல்லவா எழுதிக்குது! நாம என்ன செய்ய!'

'எனக்கென்னுமோ அவனை அப்படி விட்டிருக்கக்கூடாது. அவன எல்லோருக்கும் முன்னால அவமானப்படுத்திப் பளார்னு அறஞ்சிருக்கணும். எல்லாரும் அவன காறித் துப்பியிருக்கணும். வண்டிய நேரா காவல் நிலையத்துக்கு விட்டு அவன பெண்டு கழட்டியிருக்கணும்! இப்படி சைவமா முடிச்சிட்டிங்களே!'

'உன் குமுறல் கொந்தளிப்பு எனக்குப் புரியுது. வாசக மனசுல அற ஆவேசம் கொப்பளிக்குது பாரு அதுதான் இந்த எளிய படைப்புக்குக் கிடைத்த அங்கீகாரம் வெகுமதி. அப்படியும் செஞ்சிருக்கலாம் அது பத்திரிக்கை செய்தியாத்தான் போயிருக்குமே தவிர ஒரு கலைப்படைப்பா ஆகியிருக்குமான்னு தெரியல. அதுவும் இல்லாம, இந்த மாதிரி நடந்துகிட்டா அவபேரு செய்தியில அடிபட்டு ஊடகத்தில வந்திருக்கும். அவ ஒரு பெண். அது அவளுக்கே, அவளது எதிர்கால வாழ்க்கைக்கே ஒரு பிரச்சினையா கூட ஆகிடும் இல்லையா? இன்னும் நம்ம சமூகம் பொது வெளியில துணிச்சலா நடந்துகிற பெண்ண ஆரோக்கிமா பாக்குற பக்குவத்துக்கு வரலியே என்ன பண்றது! எது நடந்தாலும் வெளியே தெரிஞ்சா அசிங்கம்னு சகிச்சிக்கிட்டு போற பலரைக் காட்டிலும் இவ துணிச்சல்காரிதானே! இந்த அளவுக்குத்தான் இப்போதைக்கு வெளிப் படுத்த முடியும்னு எனக்குப் பட்டுச்சி. அந்த பொண்ணு பாவம்! என்ன வேலைக்காகப் போயிக்கிட்டிருந்தாளோ அந்த வேலையைக் கெடுத்து அவள வீணான தொந்தரவுக்குள்ள சிக்க வைக்கக் கூடாது இல்லையா? அந்த சின்ன பொண்ணுக்கு எதுக்கு சிக்கல்மேல் சிக்கலாக் குடுக்கணும்? அவள மேலும் மன உளைச்சலுக்கு ஆளாக்குணுமா? அவமேலே இருக்கிற அக்கறையினாலதான் முகில் இந்த மாதிரி முடிவு வைச்சிட்டேன் சரிதானே!'

'கதையில வர்ற பாத்திரத்துக்குக் கூட இவ்வளவு அனுதாபங் காட்டறிங்களே! உங்க மனசு, எவ்வளவு மென்மை!'

'கதாபாத்திரம்னாலும் அந்தக் கதையில் ரத்தமும் சதையுமா உலாவர்ற மனித உயிராச்சே! அத-வெறும் கதாபாத்திரமா மட்டுமே என்னால பாக்க முடியலே. நம்மோட வாழ்ற மனித உயிராத்தான் கருத முடியுது. எழுத்துன்னாலும் அது மனிதப் பிரதிதானே! எழுதி முடிச்சதுக்கப்புறமும் இப்படிச் செஞ்சிருக்கலாமே, அப்படிச் செஞ்சிருக்கலாமேன்னு தோணும். அப்புறம் அதோட நிலைய யோசிப்பேன். அதும் பேர்ல ஒரு அன்பு ஒரு அக்கறை இருப்பத உணர முடியும். அதனாலதான் ஜாக்கிரதையா அணுகணும்னு தோன்றிடுது. சில சமயங்கள்ல எதிர்மறைப் பாத்திரங்க மேலே கூட என்னடா இவ்வளவு மூர்க்கமா படைச்சிட்டமேன்னு ஒரு சின்ன வருத்தங்கூட வரும். ஜெயகாந்தன் எதிர்மறைப் பாத்திரங்ககிட்ட இருக்கிற மனிதத் தன்மையை தோண்டித் தோண்டிக் காட்டிடுவாரு தெரியுமா?'

'ஏங்கய்யா! ரொம்ப நாளா உங்கள கேக்கணும்னு இருந்தேன். இந்தப் பேரு உங்க புனைபேருதானே! இது ஒரு தமிழாசிரியர் வச்சிக்கிற பேருமாதிரி இருக்கே. ஒரு எழுத்தாளர் பேரு மாதிரி தெரியலிங்களே!'

'இதுவா, வேற ஒண்ணுமில்ல! பாரதிதாசன் வழிதான்! புரியலே? பாரதிதாசன் தனது இலக்கியப் பார்வையைச் செதுக்கிய வழிகாட்டியான பாரதியைத் தனது பெயரிலே கொண்டிருக்கிறார் இல்லையா? அது மாதிரிதான். அவர் பேரு சுப்புரத்தினம், உனக்குத் தெரியும். அவர் ஆசிரியர் வேல பாத்தாரு. அப்ப ரொம்ப கெடுபிடி! சொந்தப் பேர்ல எழுதனா அரசால பல பிரச்சினை வர்ற சூழல்! புனைபெயர் வைக்கணும்னு முடிவு செய்யறப்போ, தான் மிகவும் நேசிக்கிற ஆசான் பாரதியார் நினைவுக்கு வர்றார். அதனால அப்படி வச்சிக்கிட்டதாக சொல்வார். அதே மாதிரி நிலமைதான் எனக்குன்னும் வச்சிக்கோயேன்.'

அந்தக்காலம் மாதிரி கெடுபிடி இல்லன்னாலும் அரசு வேலை பாக்குறவங்க பத்திரிக்கையில எழுதணும்னா, புத்தகம் போடணும்னா அரசாங்கத்துக்கிட்ட அனுமதி வாங்கணும்னு சட்டம் இருக்கு. அத ஒண்ணும் பெருசா கண்டுக்கறதில்லன்னாலும் யாராவது நமக்கு வேண்டாதவன் ஒரு புகாரோ வழக்கோ செஞ்சான்னா அப்ப பிரச்சினை தானே! மொதல்ல என் சொந்தப் பேரால - 'கணேஷ்' என்ற பேரால தான் எழுதிக்கிட்டிருந்தேன். ஒரு கருத்தரங்கில் கலந்துக்கப் போயிருந்த போது என் நண்பர் 'தமிழ்ச்சுடர்' தான் இந்த யோசனையைச் சொன்னார். அவர் பேரு சுப்பிரமணி. சேலத்துல வட்டாட்சியரா இருக்கார், இப்ப ஓய்வு பெற்றிட்டார்.

'அதுசரி' 'இளமுருகு'ன்றது ரொம்ப பழசா தெரியுதே!

'இருக்கட்டுமே! பழசுன்றதாலே எல்லாத்தயும் ஒதுக்கிட முடியுமா? நான் இந்த நிலைமைக்கு வந்ததுல எங்க ஆசிரியர் பங்கு நெறைய இருக்கு. என்னச் செதுக்கிய சிற்பின்னே சொல்லலாம். அவர் பேரு 'முருகன்', அந்தப் பேர அப்படியே வச்சா சொந்தப்பேரு மாதிரியே தெரியும் இல்லியா? சிவக்குமாரன், இளவல் இப்படிப் பலபேர் தோணிச்சு. அவர் பேரும் வரணும், அது புனைபெயர் போலவும் தெரியணுங்கறதால 'இளமுருகு' அமைஞ்சிடுச்சி. பெயர்ல என்ன இருக்குன்னு சொல்வாங்க!'

பெயரில்தான் எல்லாமும் இருக்கிறது. இதில் அரசியல் இருக்கிறது. பண்பாடு இருக்கிறது. வரலாறு இருக்கிறது. சுயமரியாதை இருக்கிறது. உரிமை வேட்கை இருக்கிறது. ஒண்ணு தெரியுமா? ஐரோப்பிய நாடுகள்ள ஃபிரான்ஸ் ஒரு வித்தியாசமான நாடு. கலை, இலக்கியம், பண்பாட்டுக்கு ரொம்ப முக்கியத்துவம் கொடுக்கிற நாடு அது. அந்த நாட்டுல பிரெஞ்சு மொழியிலதான் பேர் வைக்கணும். அப்படி வைக்கலன்னா குடியுரிமையே வாங்க முடியாது தெரியுமா?

'இங்க பாரு வட மொழியிலே பேரு வைக்கிறதுதான் இப்ப ஒரு பாணியாயிடிச்சி! ஆமா ஃபேஷனா போயிடுச்சி. வடமொழின்னா என்னன்னே தெரியாது. ஆனா பேரு மட்டும் சமஸ்கிருதப் பேராத்தான் இருக்கும். பேரு வைக்கிற உரிமை தாய் தந்தைக்கிட்ட இருந்து சோதிடக்காரன் கைக்கு நகர்ந்திடுச்சி! அவந்தான் இந்த எழுத்தில தொடங்கிற மாதிரி வைக்கணும்னு முடிவு பண்றான்.'

இதுங்க அந்த எழுத்துல வர்ற தமிழ்ப் பெயரா வைக்கணுமில்ல. அதான் கிடையாது. ஒரு உதாரணத்துக்கு பையனுக்குத் 'த'-வில தொடங்குகிற பேர வைக்கணும்னா 'தமிழரசு' அப்படின்னு வைக்கச் சொன்னா என்ன சொல்லறாங்க தெரியுமா? இது ரொம்ப பழசா இருக்கு இது வேணா, 'தனுஷ்', 'தரண்' இப்படி புதுசா வைக்கணுங்கறாங்க?'

'வடமொழி புதுசா! அதுவும் அரதப் பழசுதானே! இவங்களுக்குப் புதுசா தெரியுது? என்ன செய்ய!'

'சொந்தமொழி மீது பற்று இல்ல. சொந்த மண்மீது அக்கறை இல்ல வரலாறு தெரியல! என்ன சொல்றது முகில்? இருந்தாலும் ஜல்லிக்கட்டு, நெடுவாசல், ஒரு நம்பிக்கையைத் தெரிவிக்குது இல்லையா? ஒரேயடியா நம்பிக்கையை விட்டிடக்கூடாது பார்.'

'தமிழர்களுக்கு ஏன்யா இந்த அந்நிய மோகம்? ஒரு பக்கம் பாத்தா பேர் வைக்கிறதில இருந்து, குடும்ப நிகழ்ச்சிகள் புரோகிதம் வச்சி சடங்குகள் செய்யறது வரை வடமொழி மோகம். அல்லது வைதீகத்துல பற்று. இன்னொரு பக்கம் ஆங்கில மோகம். கல்வியில வேர்வரைக்கும் போயிடிச்சி.'

'ஆமா, ஆமா, அது மட்டுமில்ல, பால்மணம் மாறாத பச்சிளங் குழந்தைகள அந்நிய மொழியில ஆங்கிலத்தில பேச வைச்சிக் கட்டாயப்படுத்தறது, முன் மழலையர் படிப்பிலிருந்தே ஆங்கிலத்தப் புகுத்துறாங்களே! இது எவ்வளவு பெரிய கொடுமை. தமிழ் நாட்டுல தமிழ்த் தாய்க்கும் தமிழ்த் தகப்பனுக்கும் பொறந்த ஒரு தமிழ்க் குழந்தை தமிழில் பேசினால் அபராதம்! என்னடா நாடு இது? அந்தக் குழந்தையோட மூளையில், சிந்தனையில துருப்பிடிச்சிடாதா? அதனுடைய ஆளுமை சவலையாப் போயிடாதா? பெற்றோருக்கும் இதுபற்றிய ஞானமில்லை. அரசுக்கு இதுபற்றிக் கொஞ்சங்கூட அக்கறையில்லை. மாறா தனியாருக்குக் கல்விய தாரை வாக்குறதில தான் குறிக்கோளா இருக்கு.'

'இன்னொரு விசயந் தெரியுமா முகில்? ஜெர்மனியில இருந்து நேத்துதான் எங்க தம்பி மக வந்தா! அவ சொல்றா, பெரியப்பா,

ஜெர்மனியில தொடக்கக்கல்வி முதல் உயர் படிப்பு வரை இலவசம் தான். உயர்கல்வி, ஆராய்ச்சிக்கு உதவிப்பணம்கூட தர்றாங்க என்கிறா?'

'இங்க எப்படி இருக்கு நிலைமை? யாருக்கும் சூடு சொறணை இல்லையே! என்ன பண்றது? இன்னொரு செய்தி சொல்றன் கேளு! மானக்கேட்டிலும் பெரிய மானக்கேடு இதுவாத்தான் இருக்கும். நேத்து நம்ப வீட்டுக்கு வேலை செய்யவர்ற லட்சுமின்னு ஒரு இளம்பெண் அவளுக்கு ஒரு பொண்ணு ஒரு பையன். பொண்ணு நாலாவது படிக்குது பையனுக்கு ரண்டு வயது. நம்ம தெரு பக்கமே குடி வந்துட்டாங்க. புள்ளைய நம்ம வீட்டுக்குப் பக்கத்துலயே இருக்கிற அரசப் பள்ளியில சேர்க்கணும்னு சொல்லிச்சு அந்தப் பொண்ணு. அங்க யாரும் எனக்குத் தெரியாது நீங்கதான் வந்து சொல்லிச் சேர்க்கணும்னு கேட்டுக்கிட்டா. சரிம்மா அந்தப் பள்ளித் தலைமையாசிரியரு நமக்கு வேண்டியவர் தான். வா போலாம்னு கூட்டிக்கிட்டுப் போயி கேட்டேன். அவரு ரொம்ப மகிழ்ச்சியா என்னை வரவேற்று அமர வைத்து, சொல்லுங்கய்யா நா என்ன செய்யணும்னு கேட்டார். நா வந்த விசயத்தைச் சொன்னேன். 'அதுக்கென்னங்கய்யா சேத்துட்டாப் போகுது. நீங்க வரணும்னு அவசியமில்ல இந்த அம்மாவே வந்திருந்தாக்கூட சேத்திருப்பங்கய்யா?'

இவங்க பொண்ணு என்ன மீடியம்னு கேட்டார். 'என்ன இப்படிக் கேக்குறீங்க, அரசு தொடக்கப்பள்ளியில தமிழ் வழிக் கல்விதானே'

ஆமாங்கய்யா! ஆனா இந்தப் பள்ளியில முதல் வகுப்பு முதல் எல்லா வகுப்புகளும் இங்கிலீஷ் மீடியம் தாங்கய்யா! தமிழ் ஒரு மொழிப் பாடமா சொல்லித்தர்றோம். சேத்துருங்க நாங்க பாத்துக்கிறோம்.

'எனக்கு இடி விழுந்தது போல் ஆச்சி! என்னங்கய்யா கொடுமை இது? ஒரு அரசுப்பள்ளி! அரசுப்பள்ளியிலதான் தாய்மொழி மூலம் சொல்லிக் கொடுப்பாங்க. நீங்க இப்படிச் சொல்றீங்களே! நீங்க எப்படி இத அனுமதிச்சீங்க. எதுத்துப் போராட வேண்டியதுதானே! விட்டுட்டீங்களே! உங்கப் பிரச்சினைக்குத் தெருவுல இறங்கிப் போராடறீங்க! அது சரிதான். ஆனா இதுவும் உங்கப் பிரச்சினை இல்லையா? உங்கப் பிரச்சினை மட்டுமல்ல நமது தமிழ் சமுதாயத்தோட பிரச்சினை இல்லையா? உங்க சங்கம் மொதல்ல இதுக்கு எதிர்ப்பு தெரிவித்துப் போராடியிருக்கணுமில்லையா? பொது மக்களுக்கு எடுத்துச் சொல்லி அவங்களோட ஆதரவோட இத பெரிசா எடுத்திருக்க வேணாமா? இத ரொம்ப சாதாரணமான தகவல் போல சொல்றீங்களேய்யா? எனக்கு ரொம்ப அதிர்ச்சியாகவும் தாளமுடியாத வேதனையுமா இருக்குங்கய்யா? இப்படிச் சொல்றீங்களே!' அப்படீன்னு சொன்னேன்.

‘அதுக்கு அவர் என்ன சொன்னார்?’

‘அவரா! அவர் அதப்பத்திப் பெரிசா ஒண்ணும் அலட்டிக்கல. இதுல என்ன தப்பு இருக்கு? என்கிற மாதிரி பேசறார். எல்லாப் பிள்ளைங்களும் ஆங்கிலவழிக் கல்வியை நாடி தனியார் பள்ளிக்குப் போக ஆரம்பிச்சதாலே மாணவர் சேர்க்கை குறைஞ்சு போச்சி! ஏன் நாமளே ஆங்கில வழிக் கல்வியைத் தரக் கூடாது? என்ற கோணத்தில் அரசு இந்த நடவடிக்கை எடுத்திருக்கு. அது எங்களுக்கும் சரின்னு தான் படுது என்கிற ரீதியில்தான் அவர் பதில் இருக்குது. ஆங்கில வழி என்றாலும் ஏற்கனவே தமிழ் வழியில் கற்றுத்தந்த அதே ஆசிரியர்கள்தானாம். அவர்களுக்குச் சிறப்புப் பயிற்சி எதுவும் தரவில்லையாம். ஆங்கிலவழிப் பாடப் புத்தகங்களை தமிழ் மூலம் தான் நடத்துகிறார்களாம்? என்ன சொல்ல? நாளைக்கு இந்தப் பள்ளியை விட்டு வேறு பள்ளிக்குச் செல்லும்போது இந்தக் குழந்தைகள் நிலை என்னாகும்?’ அதுபற்றி இவர்களுக்கென்ன கவலை? ஒரு தலைமுறையே இப்படி நாசமாகிப் போனால் தமிழ்ச் சமூகத்துக்கு எவ்வளவு பெரிய இழப்பு?’

‘நாம எதிலேயோ தொடங்கிக் கடேசியில இதுல வந்து நிக்கிறோம்’.

‘ஆமாங்கய்யா? எல்லாம் ஒண்ணுக்குகொண்ணு சங்கிலித் தொடர் மாதிரி தானே!’

‘முகில் நீ நல்ல வாசகன். நல்லாவும் விமர்சனம் பண்ற! உனக்கு ஒரு வேல தரட்டுமா? வேலன்னு எடுத்துக்கிட்டா வேலதான். ஆனா அது இலக்கியம் சம்பந்தப்பட்டதுதான். உனக்கும் அது பிடிக்கும். என்ன சொல்ற?’

‘சொல்லுங்கய்யா! எதுவானாலும் பரவால்ல! நா அதுக்குச் சரியானவனான்னு தெரியல!’

‘நீதான் அதுக்குச் சரியான ஆளு! உன்னால நிச்சயமா முடியும்? அதாவது நா புதுசா ஒரு நாவல் எழுதியிருக்கிறேன்’

‘அப்படீங்களா? ரொம்ப மகிழ்ச்சி! குடுங்கய்யா, ஒரே மூச்சில படிச்சிர்றேன்!’

‘அதான்! அதான்! அதப்பத்திதான் இப்ப பேச்சே! இந்த நாவல நீ படிக்கிற! ஒரு தடவைக்கு ரெண்டு தடவை படி! நீ ஒரு நல்ல வாசகன் இல்லையா? உனக்கு அங்கங்கே சிலசில தோணும். அதயெல்லாம் குறிச்சிக்கோ. இது இப்படியிருந்தா நல்லாருக்கும். இத வேறு மாதிரி சொல்லியிருக்கலாமே! இந்த இடத்துல இது தேவையில்ல! இது மாதிரி பல அபிப்பிராயங்கள் படிக்கப்படிக்கத்

தோணும் இல்லியா? அப்படித் தோன்றதயெல்லாம் குறிச்சிக்கிட்டு வா! நாம விவாதிக்கலாம். சில விசயங்கள் நீ சொல்றது சரின்னுபட்டா அத மாத்தி எழுதிக்கலாம். இல்ல, நான் எழுதுனதுதான் சரின்னு தோணுதா, அத அப்படியே வச்சிக்குவோம். அச்சுக்குப் போறதுக்கு முன்னால இப்படி விவாதிச்சி இறுதி பண்ணணும்னு நினைக்கிறேன். என்ன சொல்ற?'

'ஏங்கய்யா! நீங்க எவ்வளவு பெரிய ஆளுமை! உங்கள விமர்ச்சிக்கற தகுதி எனக்கில்ல. படிக்கிறன். அது எனக்குப் பெரிய வாய்ப்பு! விமர்சனம் அது இதுன்ற பெரியதனம்லாம் வேணாங்கய்யா! நா ரொம்ப சாதாரணமான ஆளு'

'அப்படியா சொல்ற, இருபது வருசத்துக்கு முன்னாடி அப்பதான் என்னோட முதல் கதை 'அமுதவல்லி'யில வந்திருந்திச்சி! அதப்படிச்ச புகழ்பெற்ற எழுத்தாளர் கண்ணாளன் நேரா வீட்டுக்கே வந்திட்டார். எனக்கு அதிர்ச்சி! ஆச்சரியம்! அது மட்டுமல்ல ரொம்பப் பெருமையாவும் இருந்தது. அன்றைக்கு நம்ம வீட்டிலேயே தங்கிட்டார். இரவு முழுக்க விவாதம் தான். எவ்வளவு பெரிய ஆளு அவரு! எவ்வளவு எளிமையா பழகுறாரு! அப்போ அவரு எழுதன நாவல் பற்றிப் பேசினாரு. 'முருகு, இந்த நாவல எழுதி முடிச்சிட்டேன். முடிவுதான் பெரிய சிக்கலாருக்கு. இத எப்படி முடிச்சா சரியா இருக்கும்? உனக்கு ஏதாவது படுதா?'ன்னு கேட்டார்.'

'கதைய முழுசா சொன்னார். என்ன அழகான கதை சொல்லி அவர்? கதயக் கேட்டுட்டு உன்னை மாதிரிதான் நா ரொம்பச் சின்ன பையன் எங்கிட்டபோயி அபிப்ராயங்கேட்டா எப்படிங்க அண்ணான்னு கொஞ்சம் இளுத்தேன்.'

'அப்படி இல்ல தம்பி! யார் பெரியவங்க? யார் சின்னவங்க? எந்த புத்துல எந்த பாம்பு இருக்குனு யாருக்குத் தெரியும்? விவாதந்தானே! உனக்குப் பட்டதச் சொல்லு! அப்படீன்னு ஊக்கங்கொடுத்தார்.'

'நா சொன்னேன்! அவன் அந்தக் கதாநாயகன் அந்த இயக்கத்தோட வழிகாட்டல், அனுபவத்துல தவறானதுன்னு தெரிஞ்சிகிட்டான். அது மட்டுமல்ல அதனால் அவனது வாழ்க்கையே சிக்கலாயிடிச்சி! ஏன் உயிருக்கேகூட ஆபத்து வர்ற சூழல், பாதையும் தவறு, இப்ப சரி பண்ணிகிட்டாலும், நா இழந்தது திரும்பி வருமா? இந்தப் பாதையி யில இருந்து திரும்பறதுதான்னு அவன் முடிவு செய்வதாக கதை முடியுது. இப்படிதான் அவர் முடிச்சிருந்தார். ரொம்ப நல்ல கதை இத இப்படி போயி முடிச்சிட்டீங்களே! பாதை தவறா இருந்தாலும் லட்சியம் உயர்வானதுதானே! இவனால் ஈடு கொடுக்க முடியலன்னா போகட்டும். அவன் மனைவி அந்த லட்சியத்தைத் தொடரலாமில்லே!'ன்னு

சொன்னேன்! ஒரு கணம் அதிர்ந்தார்! அப்புறம் முகத்தில் அவ்வளவு ஒளி! கண்களில் ஆனந்தம். தம்பி! ரொம்பச் சரி! ரொம்பச்சரின்னு என்னைக் கட்டித் தழுவிக்கிட்டார். ஒருவகையில அவர்தான் எனக்கு இலக்கிய வழிகாட்டி! என்ன முன்னுக்குக் கொண்டு வந்ததுல அவரோட பங்கு கணிசம்! நா சொன்னேன். அண்ணா உங்க அபாரமான எழுத்துக்கு நா எம்மாத்திரம்? நீங்க கொடுத்த விமர்சன ஞானம்தான் இந்தக் கதயப் பத்தி இப்படி யோசிக்க வச்சது. அப்படீன்னேன். அவரு ஆமா ஆமா நாம வெதச்சது வீண் போகுமா என்று மீண்டும் அணைத்தார். நான் எதுக்குச் சொல்றேன்னா! உனக்குள்ள இருக்கிற கூர் மதி எனக்குத் தெரியும் நீ படிக்கணும் படிச்சிட்டு வந்து சொல்லணும். அதுக்கப்புறம் நாம பேசிக்குவோம்.'

'மேல் நாட்டுல எல்லாம் எடிட்டிங் இல்லாம எந்த நாவலும் வெளிவர்றதில்ல, தெரியுமா? எடிட்டருக்குத் தனியா சம்பளம் கொடுத்து இந்த வேலையைப் பதிப்பகங்கள் பாத்துக்கும்.'

'இரு வர்றேன்!' என்று கூறிவிட்டு எழுதிய தாள்களின் கோப்பை எடுக்கச் சென்றவர் என்ன நினைத்தாரோ திரும்பி வந்து 'கடைசி ரெண்டு மூணு அத்தியாயத்தச் சரி பண்ண வேண்டியிருக்கு! இந்த வாரத்துல முடிச்சிடுவேன் அடுத்த வாரம் வந்தேன்னா கையிலேயே வாங்கிட்டுப் போயிடு என்னா? ஒட்டு மொத்தமா படிச்சாத்தான் ஒரு அபிப்பிராயம் வரும் என்ன! நாஞ்சொல்றது சரிதானே!'

'செரிங்கய்யா! அப்படியேதான் ஆகட்டும். நா அடுத்தவாரம் வரும்போது வாங்கிக்கிறேன். என்னுடைய ஆவலக் கௌப்பிட்டு அடக்கிட்டீங்க!'

'அப்படி இல்ல முகில்! எதையும் உருப்படியா செய்யணும் இல்லையா?'

'சரிங்கய்யா! நா வர்றேன்.'

2

முகிலன் சரியாகக் காலை பத்து மணிக்கெல்லாம் எழுத்தாளர் இளமுருகு இல்லத்தை அடைந்தான். வெளியில் கிளம்புவதற்குத் தயாராக இருந்தார் திருமதி இளமுருகு அவர்கள். அவர் கதவைத் திறக்கவும் முகில் வரவும் சரியாக இருந்தது. 'என்ன முகில் அய்யால்லாம் தமிழ்ச்சங்கத்தில இல்ல இருக்காங்க! உனக்குத் தகவல் தரலியா?'

'அம்மா நா இருக்கிறது ஒரு குக்கிராமம். என்னோட செல்போன் வேற திருடு போயிடுச்சி. அவசரத்துக்கு ஒரு பட்டன் போனாவது வாங்கணும்னுதான் வந்தேன். அப்படியே அய்யாவப் பாத்திடலாம்னும் வந்தேம்மா? தமிழ்ச் சங்கத்துல என்னஙக்கம்மா விசேசம்?'

'நானும் அங்கதான் போறேன்! நீயும் வா'

காரின் முன் கதவைத் திறந்துவிட முகிலன் அமர்ந்து கொள்ள, அம்மாவே கதவைத் திறந்து விட்டதைக் கண்ட ஓட்டுனர் வேகமாக வந்து பின் இருக்கைக்கான கதவைத் திறக்க அம்மா அதில் அமர்ந்ததும் வண்டி கிளம்பியது...

இன்னும் நிகழ்ச்சி தொடங்கவில்லை. இலக்கிய ஆர்வலர்கள் ஒருவர் இருவர் நாலைந்து பேராக வந்து கொண்டே இருந்தனர். வாசலில் நின்று கொண்டு எல்லோரையும் வரவேற்றுக் கொண்டிருந்தான் இளங்கவி முகமது அலி. இளமுருகு நண்பர் ஒருவருடன் சிரித்துக் கொண்டே படி ஏறினார். முகில் அம்மாவுடன் வருவதைக் கண்ட சிவசாமி 'அடடே முகில் இப்பதான் வர்றியா. எத்தன தடவை பண்ணினாலும் நெம்பர் போகவே மாட்டேங்குது? என்னாச்சி உன் அலைபேசி?'

'அதுவா? அது பறிபோயிடிச்சி நண்பா! நான் அப்புறம் விவரமா சொல்றேன். அய்யா எங்கே?'

'அதோ மேடையில ஒழுங்குபடுத்திக்கிட்டிருக்காரு பாரு! இரு, கொஞ்சநேரங் கழிச்சிப் பாத்துக்கலாம்!'

'மொதல்ல நா வந்திட்டேன்றத ஒரு வணக்கம் மூலம் தெரிவிச்சிட்டு வந்திட்றேன் நண்பா! என்னத் தடுக்காதே!'

'சரி போ தொந்தரவு குடுக்காத சீக்கிரமா வந்துடு!'

'அய்யா, வணக்கம்!'

'அடடே முகிலா? வாவா! எங்க நீ வராம போயிடுவியோன்னு ஒரே கவலையாயிருந்தேன். நல்ல வேளை வந்துட்டேப்பா! ஒரு அஞ்சி நிமிசம் வந்திட்றேன். அங்க சிவசாமி இருப்பாம் பாரு அவங்கூட கொஞ்சம் உதவியா இரேன்!'

'சரிங்கய்யா!'

'சிவசாமி, நண்பா, உனக்கு உதவியாக இருக்கச் சொன்னாரு அய்யா? நீ காலால் இடும் வேலையைத் தலையால் செய்யறேன் நண்பா? என்ன செய்யணும் சொல்லு.'

‘இந்தா, இந்தக் கவிதைப் புத்தகங்களை ஒரு நூறு அல்லது இருநூறு எடுத்துக்கிட்டுப் போய் மேடைக்கிக் கீழே முன்ன, ரெண்டு வரிசை தள்ளி பக்கவாட்டுல ஒரு மேசை இருக்குபாரு அங்கே இத வச்சி, நாற்காலியில உங்காந்துக்க. 200 ரூபாய் புத்தகம் 150 ரூபாய்க்கு விக்கணும். இதுதான் நீ இன்றைக்குச் செய்யவேண்டிய பணி. புத்தகத்தை எண்ணி எடுத்துக்கோ வித்ததுபோக மத்ததையும் பணத்தையும் எங்கிட்ட ஒப்படைச்சிடு. நிகழ்ச்சியையும் பாத்த மாதிரி ஆச்சி! ஒரு இலக்கியப் பணியை செஞ்ச மாதிரியும் ஆச்சி! போ, சினேகிதா!’

‘அப்படியே ஆகட்டும் அய்யா! தாங்கள் சொல்லி நான் கேட்காமப் போனா மரியாதையில்லையே! அப்ப நான் போகட்டுங்களா?’

‘கிண்டலா! ஒழுங்கு மரியாதையா சொன்ன வேலையைச் செஞ்சி நல்ல பேரை எடு! இல்லண்ணா நடக்கிறதே வேற! மொறைக்காதே? போ நண்பா! நல்ல பிள்ளைன்னு பேரெடு!’

3

‘சிவசாமி நிகழ்ச்சி நல்லா முடிஞ்சதில்லே!’

‘ஆமாங்கய்யா இந்த மழையில இவ்வளவு கூட்டம் வருமான்னு நாங்ககூட எதிர்பாக்கலங்கய்யா! போட்ட நாற்காலி பத்தாம இன்னும் ஐம்பது போட்டும் பக்கவாட்டுல சுவரோரம்னு நெறயக் கூட்டம். நீங்க பேசும்போது சுந்தரேசன் நண்பர்கள், அவன் குடும்பத்தார் தேம்பித் தேம்பி அழுதிட்டாங்கய்யா! உணர்ச்சிமிகுந்த பேச்சுங்கய்யா! அவனோட வாழ்வு கொறஞ்ச காலம்னாலும் நிறைந்த வாழ்வு வாழ்ந்தத அருமையா எடுத்து விளக்கிட்டீங்க. முதல் பிரதி அவனோட அப்பா வெளியிட அதை சுமதியோட அம்மாவ வாங்க வெச்சீங்க பாருங்க! அதுதாங்கய்யா நிகழ்ச்சியோடு முத்தாய்ப்பா அமைஞ்சிடிச்சி!’

‘அப்படியா சொல்ற? பேசுனாம்பாரு பேச்சு! அப்பப்பா முகமதலி பேச்சாயா அது? அப்படியே நெஞ்சுல ஈட்டி பாய்ஞ்ச மாதிரி! என்னய்யா அவன் அப்படிப் பேசறான்? எழுதறதிலயும் நெருப்பா கொட்றான். பேச்சிலயும் தீயாத் தெறிக்கிறானய்யா? என்ன முகில்? என் கணிப்பு சரிதானே?’

‘உங்க வார்ப்பு எப்டிங்கய்யா சோடை போகும்? என்ன கொடுமைன்னா கவிஞனும் அநியாயமாய் போயிட்டான். அவனோட

கவிதைக்கு கவிதையா இருந்த சுமதியும் நம்மகிட்ட இல்லங்கறது தான் சோகத்திலும் பெருத்த சோகம்.'

'வாழ்க்கைங்கிறது ஒரு வகையில நீர் மாதிரி, நெருப்பு மாதிரி, குளிர்ச்சியாவும் இருக்கும். கதகதப்பாவும் இருக்கும். சுட்டும் பொசுக்கிடும். அப்படியே மூழ்கடிச்சும் போட்டுடும். அப்படித்தான் ஆயிப்போச்சி நம்ம சுந்தரேசனுக்கும், சுமதிக்கும். கவிஞனும் காதலியுமா பேரிலக்கியம்போல நம்ப நினைவில் எப்போதும் இருப்பாங்க.'

'இப்ப நம்ம நாட்டுல நிலைமையும் அப்படித்தான் இருக்கு!'

முகிலன் தோள்மீது கையைப் போட்டுக் கொண்டு மற்றொரு கையால் சிவசாமி முகமது அலியையும் சைகை காட்டி அழைத்தார். 'ஏம்பா, நம்ப பக்கத்துல புதுசா ஒரு பேக்கரி திறந்திருக்காங்க. காரம், இனிப்பு, காபி எல்லாம் ரொம்ப சுவையா இருக்கு போயிதாம் பாப்போமே!'

'பாரு முகில்! இப்ப நாட்டு நடப்பு ரொம்ப மோசமாயிட்டு வருது. செய்தித்தாள விரிச்சா மாட்டப் பிடிச்சவன், மாட்டுக்கறி வச்சிருந்தவன்னு - அடிச்சே கொல்றதும், மாட்டுத்தோலை உரிச்சான்னு கட்டிவச்சி அடிக்கிறதும் ஒரே கலவர செய்தியாவே இருக்கு. வாயத் தொறந்து எந்தக் கருத்தையும் சொல்ல முடியல. எதையும் எழுத முடியல. ஒரே கலவர பூமியால்ல மாறிக்கிட்டிருக்கு! ரொம்ப மோசமான காலத்துல நாம வாழறமேன்னு கவலையா இருக்கு! எழுதறவன், சிந்திக்கிறவன் கைபிசைஞ்சு நிக்கிற மாதிரி ஒரு சோதனைக் காலமா மாறிக்கிட்டிருக்கு. நேத்து காலைல பதினோரு மணிக்கு என் பெரிய பேத்திய கல்லூரிக்கு அனுப்ப பேருந்து நிலையத்துக்குப் போயிருந்தோம். அங்கு ரெண்டு முஸ்லிம் பெண்கள் அவர்களுக்குரிய பர்தாவோட பேருந்துக்காகக் காத்திருந்தாங்க. அக்கா தனது முகத்தை மட்டும் முழுசா தெரிய மாதிரி இருக்க தங்கையோ கண்கள் மட்டும் தெரியமாதிரி பர்தா போட்டுக்கிட்டு இந்தாங்களா! தங்கைக்கு ரண்டு பெண்குழந்தைங்க, ஒரு பையன், அந்தப் பெண்குழந்தைகளும் அவங்களுக்குத் தகுந்த அளவில பர்தாவோடு இருந்தாங்க. ஒரு பெரியவர் எழுபதுக்கு மேல இருக்கும். பண்ணப்பூப் போல தலைமுடியும், தாடியும், நல்ல மஞ்சள் நிறத்துல வேட்டி, சட்டை, நெற்றியில் பட்டை பட்டையா பெரிய நாமம். மஞ்சள் நிறத்துண்டை ஏந்தியபடி திருப்பதி போறந்தாயி! மடியில போடுங்கம்மா! என்று பெண்களிடமும், போடுங்க சாமி என ஆண்களிடமும் கேட்டுக் கொண்டு வந்தவர் அந்த முஸ்லிம்

பெண்களிடமும் மடியேந்தி கேட்டார். அக்கா ஒரு ஐந்து ரூபாய் நாணயத்தையும், தங்கை ஒரு பத்து ரூபாய் நோட்டையும் போட்டார்கள். ஏற்கனவே சில இளைஞர்கள் கேலி செய்து இவரை விரட்டிய நிலையில் இந்தப் பெண்கள் காசு போடுகிறார்கள். இந்து சாமியாருக்கு நாம் ஏன் போட வேண்டுமென்று அந்தப் பெண்களும் நினைக்கவில்லை. முஸ்லிம் பெண்கள் என்று அவர் கேட்காமலும் இருக்கவில்லை. சாதாரண எளிய மக்கள் எவ்வளவு இயல்பாக மத நல்லிணக்கத்தோடு இருக்கிறார்கள். சமய நல்லிணக்கம் என்பதெல்லாம் தெரியாமலேயே அவர்கள் ஒருவரை ஒருவர் அனுசரித்து பேதம் கடந்து நடந்து கொள்கிறார்கள்.

இந்தக் காட்சி, இந்த நிகழ்வு என்னைப் பெரிதும் பாதித்து விட்டது. ஆகா, மோசமான நிகழ்வுகள் நடந்து கொண்டிருக்கும் இக்காலத்தில் நம்ம ஊரில் நமது தமிழ்நாட்டில் எவ்வளவு இயல்பாக மக்கள் இருக்கிறார்கள். இதுதான் மக்களிடமிருந்து கற்க வேண்டும் என்பது. இந்த இணக்கத்தைத் தான் இந்த இணக்கமான சூழலைத்தான் நாம் காக்க வேண்டும். இந்த மக்களைத்தான் மதத்தால் சாதியால் பிளவுபடுத்தும் சூழ்ச்சி வலையிலிருந்து காக்க வேண்டும். என்ன அருமையான காட்சி! பளிச்செ‌ன இருவேறு மத அடையாளங்கள் இந்த வேற்றுமைக்குள்தான் நிகழ்கிறது இயல்பான ஒற்றுமை இதை யாரிடமாவது பகிரவேண்டுமென்று மனம் துடித்துக் கொண்டிருந்தது. நீங்கள் கிடைத்துவிட்டீர்கள்,

'என்னப்பா அது வான்மதியா? எப்ப வந்தது?'

'போன மாசத்து இதழ்! இதுல சுந்தரேசனோட ஒரு கவிதை வந்திருக்கு?'

'ஆமா, நானும் பாத்திருப்பேன் வாசி அதை!'

'முகிழ்த்த மலரில்
வழியும் தேன்
குளிர்ந்த காற்று
தழுவும் சுகம்
நீலவானம்
குளிர் நிலவு
தகதகக்கும்
சூரியக்கதிர்
தெங்கிள நீர்

நுங்கின் சுவை
அவள் உதடுகள்
உதிர்க்கும்
ஒவ்வொரு
சொல்லும்'

எதை எழுதினாலும் அவனது தனிமுத்திரைப்பா இருட்டிக்கிட்டு வருது; காத்தும் சிலுசிலுக்குது மழை வரும்போல இருக்கு!' - பருகிய குவளைகளை வைத்துவிட்டு எழுந்தார்கள். ஓட்டமும் இல்லாமல் நடையுமில்லாமல் வேகமாய் இயங்கின கால்கள். அய்யா வீட்டு மாடியை அடையவும் மழை கொட்டவும் சரியாய் இருந்தது.

'சுந்தரேசன் கவிதையும் இந்த மழையின் குளிரும் என்ன பொருத்தமா அமைஞ்சிடிச்சி பார் முகில்!'

'ஆமாங்கய்யா' என்றான் முகமதலி.

'சிவசாமி அந்த விளக்கைப் போடு' குழல் விளக்கு மின்னி மின்னிப்பின் வாரி வழங்கியது வெள்ளை ஒளியை. 'சிவசாமி உனக்குத்தான் மறுபடியும் வேலை வைக்கிறேன்!'.

'சொல்லுங்கய்யா!'

'அந்த மேசை மேல இருக்கு பாரு ஒரு நீல நிறக் கோப்பு! அதை எடுத்து வர்றியா?'

'ஆங் இதான்! இதான்!'

'முகில், இந்தாப்பா நான் சொன்னதெல்லாம் நினைவிருக்குதானே!' பெரும் செல்வத்தைப் பெறுபவன்போல் அதை நெஞ்சோடு அணைத்துக் கொண்டான்.

4

மறுநாள் அந்த நீலநிறக்கோப்பைத் திறந்தான். மணிமணியான கையெழுத்தில் 'நீரோட்டம்'.

தலைப்பே அவனைப் பரவசப்படுத்த பக்கங்களைப் புரட்டப் புரட்ட ஒரு புதிய உலகில் நுழைந்தான்.

மஞ்சள் செழித்து வளர்ந்திருந்தது. வரப்புப் புல் பாதங்களைத் தழுவித் தழுவி விலகிக் கொண்டிருந்தன. அதன் பசிய இலைகள் பனித் துளிகளைக் காலில் தடவுவது குளிர்ச்சியாக இருந்தது. இன்று

குளிர் கொஞ்சம் குறைவாகத்தான் இருந்தது. மேகம் மூட்டமாக இருந்தது. எனினும் காற்று காலைக்குளிரை உடலின் மீது பூசிக் கொண்டிருப்பது சுகமாக இருந்தது. ஆற்றில் வற்றிவிட்டாலும் ஆங்காங்கே பள்ளங்களில் நீர் தேங்கிக் கொண்டிருந்தது. மணல் திட்டுக்களுக்கிடையே சிறுகுளம்போல் காட்சியளித்தது

'டே, இருடா, மொதல்ல மீனப் புடிச்சிடுவோம். அப்பாறம் குளிச்சிக்கலாம். நீ என்னா பண்ற! அவத்த அந்தத் திட்டுக்கா ஒக்காந்துக்க, நானு இந்தப் பொடையில கையவுட்டு கொறவைங்களப் புடிச்சிப் போட்றேன். நீ அப்படியே அழுத்திப் புடிச்சிக்கிறயா?'

'செரி, செரி, சீக்கிரமாப் புடி'

வேடியப்பன் மணல் திட்டின் மேல் உட்கார்ந்து கொண்டான். சின்னசாமி மும்முரமாக மீன் பிடிப்பதில் ஈடுபட்டான். மடுவில் நீர் குறைந்து சேறு போல் இருப்பதால் கரையின் உட்பகுதியில் குகை போன்று உள்ள புழைகளில் பெரிய பெரிய குறவை மீன்கள் பதுங்கியிருக்கும். அவற்றைக் கைவிட்டுப் பிடித்துவிடும் முயற்சியில் இறங்கினான் சின்னசாமி.

'டே, கொடங்குல பாத்துக் கைய உட்றா! பொளையில பாம்பு கீம்பு இருக்கப் போவுது! பாத்துடா டே'

'நீ சும்மா இர்றா பையா! நா இன்னிக்கிதான் மீனு புடிக்கிறனா? பாம்பு எங்க இருக்கும் மீனு எங்க இருக்கும்னு தெரிஞ்சிக்க முடியாதா போடாடே! ஆங், இதுரா இதுரா கெடச்சிடிச்சி கெடச்சிடிச்சி! இந்தா பார்றா நல்லா அழுத்திப் புடிச்சிக்கோ'

'எம்மாடி, என்னா எகிரு எகிருது! டே இது ரொம்ப அடம் பண்ணுதுறா! அடிங்கொப்பன்! எங்கிட்டியே உன் ஜவடாலக் காட்றியா! சும்மா இர்றி!'

அந்தக் குறவை மீனை மல்லுக்கட்டி அழுத்திப் பிடித்துப் பையில் திணித்துக் கொள்வதற்குள் இதைவிடப் பெரிய அளவில் மற்றொரு குறவை வந்து விழுந்தது. இதுவும் துள்ளித் துள்ளி எகிறி எகிறி மணலில் வந்து சேர்ந்து விட்டது. இவன் சுற்றுமுற்றும் பார்த்துவிட்டு அது இருக்கும் இடத்துக்கு வேகமாக வந்து நன்கு அமுக்கிப் பிடித்து இரு கைகளிலும் கெட்டியாக எடுத்து நெஞ்சோடு அணைத்துக் கொண்டான். அப்போதும் அது விலுக்கு விலுக்கென்று துள்ளித் துடித்துக் கொண்டுதான் இருந்தது. அணைத்துக் கொண்ட மீனோடு கரையை நெருங்கி வரவர பையிலிருந்த மீன் துள்ளிக் கொண்டு

வெளியே வந்தது. இவன் வேகமாகச் சென்று இதைப் பையில் திணித்துவிட்டுப் பையை இறுக்கிப் பிடித்தவாறே வெளியே துள்ளிச் சென்ற குறவையைப் பிடித்தான். ஒரு வழியாக அவன் முன்பிருந்த இடத்துக்கு வந்து ஒரு கல்லின் மேல் உட்காரவும் இன்னொன்று பொத்தென்று வந்து விழுந்தது. பையின் மேல் ஒரு பெரிய கல்லை வைத்துவிட்டுத் திரும்பினான். காலைத் தொட்டுவிடும் அருகில் நெளிந்ததைப் பார்த்து அலறினான்.

'கொஞ்சம் இல்லடா பையா, காலு மேலயே இது ஏறிட்டிருக்கும்! எப்பா, எத்தாப் பெருசு! எப்படிடா புடிச்ச சாமி! பாம்பு எது மீனு எதுன்னுகூட தெரியலியா? கையில கிய்யில போட்டிருந்தா என்னா ஆவறது? போதும் மீனு புடிச்சது? வாடா எப்பா!'

'டே, அது வெறுந் தண்ணிப் பாம்புடா! அது போயி என்னா பண்ணும்? இந்தக் கொறவையும் பாம்பும் சமயத்துல நம்பள ஏமாத்திடும். ரெண்டும் பாரு ஒரே மாதிரி கீது! அது கொஞ்சம் குட்டை இது கொஞ்சம் நீட்டம். தண்ணிக்குள்ள எப்பிடி கண்டுபுடிக்கிறது? இதெல்லாம் பாத்தா முடியுமா! பயப்படாத தம்பி! அட இங்க பாரு! ஒரு ஷூட்டுக்கே ஆவுமாட்டங்கீது!'

ஒரு பெரிய குறவையை எடுத்துப் போட முடியாமல் போட்டான். இவனும் அதை லாவகமாக அழுத்திப் பிடித்துப் பையில் திணித்தான். பை உயிர் பெற்று அதுபாட்டுக்குத் திமிறிக் கொண்டிருந்தது. பொழுது சரசரவென மேலே ஏறி வந்து விட்டது. வெய்யில் மணல் பரப்பை மெருகேற்றிக் கொண்டிருந்தது. சற்றுத் தொலைவில் பளிங்குபோல் பளபளத்துக் கொண்டிருந்தது பெரிய மடு. கனத்தப் பையை இருவரும் பிடித்துக் கொண்டு அதை நோக்கிச் சென்றனர். ஒரு காட்டுக் கொடியில பையை நன்கு இறுக்கிக் கட்டி மணல் மேட்டில் வைத்து பையின் விளிம்புப் பகுதியில் ஒரு கல்லைப் பாரமாக வைத்துவிட்டு இவர்கள் குளிக்கத் தொடங்கினர்.

'நம்ம ஆத்துல குளுப்பு குளுப்பா தண்ணி இந்தாலும் இந்த குளுப்புல மட்டும் பார்றா எப்பிடி கலங்காம தெளுவாக்கீது!'

'அதாந்தம்பி நம்பூரு ஆறுன்றது? பாரு இன்னும் செத்த நேரத்துல எமுட்டுபேரு வர்றாங்கன்னு?'

'என்னாத்துக்கு?'

'அதுக்கூட தெரியலியா?, பக்கத்துல பார்றா? அங்கங்க ஊத்து பறிச்சி ஊரே இங்கதான் தண்ணி எடுக்குது. அவங்க வந்தாங்கன்னா

நம்பள குளிக்கக்கூட விட மாட்டாங்க! தண்ணி எடுக்கிற எடம் இங்கெல்லாம் தண்ணி ஊத்திக்கக் கூடாதுரா பையா! எள்றா சீக்கிரம் போலாம்!'

5

'எங்கடா, போயிட்டீங்க பசங்களா! ஊட்டுக்கு ஓரம்பற வரப் போறாங்க கூட மாட வேல செய்வீங்கன்னு பாத்தா எங்க போயி தொலஞ்சீங்க இமுட்டு நேரம்?'

'இல்லியா பாட்டி! இவந்தான் வாடா போலாம்னு ஆத்துக்குக் கூட்டினு போயிட்டான். நானு அப்பவும் சொன்னன் மாணாடான்னு!'

வேடியப்பனை ஒரு முறைமுறைத்து விட்டுப் பையுடன் உள்ளே சென்றான் சின்னசாமி.

'என்னாடா சின்னசாமி, பையில! எம்மா, பையிரப்ப மீனு என்னா துள்ளு துள்ளுது? எடுத்துகினு போயி அவத்த குதுரு சந்துல வையி, மாணா! மாணா! பூன கீன கடிச்சிரும். கொண்டா, நானே அட்டத்துப் பலக மேலே வெச்சிட்றேன்.'

மாரி - சின்னசாமி, வேடியப்பனின் அத்தை அதை அட்டத்தின் கீழே சுவரில் பொருந்தியிருந்த ஒரு பலகையின் மீது பொறுப்பாக வைத்தாள். அதுதான் அவர்களுக்கு அலமாரி, பீரோ, ஷெல்ஃபு எல்லாம்.

6

வாசலில் செருப்பு விடும் சத்தம் கேட்டு மங்கா பரபரத்தாள். வாயா மாரி! அந்தக் கெளவிய உள்ள போகச் சொல்லு. எல்லாத்துக்கும் மின்ன மின்ன வந்துருவா, என்னப்பாரு என் அளகப் பாருன்னு. வர்றவங்க இவ மூஞ்சியிலதான் முளிக்கணும்! போவச் சொல்லியா அவள! என்னாயா பண்றீங்க. ஆளுக்கு ஒரு சொம்புல தண்ணி கொணார்றது தான!

இவளும் மாரியும், ராஜியும் சொம்பு, சின்ன குண்டா போன்ற பாத்திரங்களில் தண்ணீர் கொண்டு வந்து வந்தவர்களுக்குக் கொடுத்தனர். அவர்களும் ஒரு விழுங்கு பருகிவிட்டுத் தந்தனர். ஒருவர் மட்டும் கொஞ்சம் அதிகமாகக் குடித்துவிட்டு மீதியைக் கீழே கொட்டிவிட்டுக் கொடுத்தார்.

'வாங்க வாங்க! இப்பதான் வந்தீங்களா? நல்லாக்கீறங்களா?'

'சௌக்கியம்! சௌக்கியம்!'

'நீங்க எப்பிடிகீறீங்க?'

'நாங்களும் நல்லாதான் கீறம், பாத்தா தெரியலிங்களா?'

'ஏயா பாப்பா அந்தக் கட்டில எடுத்துப் போடுயா!'

'இல்ல இல்ல பரவால்ல கீளயே, பாயி மேலேயே ஒக்காந்துக்கலாம்'.

'எல்லாருக்கும் எடம் வேணுமில்ல'

'அதுவும் செரிதான்'

'இருங்க இருங்க இந்தப் பெச்சிட்ட விரிச்சிப் போட்டுட்றன்'.

'அதுக்கென்னா பரவால்ல புதுப்பாயிதானே!'

'உடுங்க இருக்குட்டும்'

எல்லோரும் தரையில் அமர்ந்தார்கள்.

சிரிப்பும் பேச்சுமாக சபை களை கட்டியது.

'எல்லாம் எளுங்க! சாப்பிட்டுட்டு பேசிக்கலாம்!'

'இல்லம்மா? மொதல்ல பேசி முடிச்சிடுவோம். அப்பாரம் சாப்பிடலாமே! எங்க போயிடப்போறம்'

'ஏப்பா அந்த வெத்தல பாக்கு பழம் பூ எல்லாம் கொண்டாங்க! எம்மா ஒரு தாம்பாளம் இந்தா குடும்மா!'

ஒரு முதிய பெண்மணி பெரிய தாம்பாளம் பித்தளையால் ஆனது. புளி போட்டு விளக்கியிருப்பார்கள் போல. நன்கு முகம் தெரிகிற மாதிரி பளிச்சென்று இருந்தது. அதை வாங்கிய மீசைக்கார பெரியவர் பழம், பூ, தேங்காய் வெற்றிலை பாக்கு கடலை, ஒரு உருண்டை வெல்லம் ஆகியவற்றை வைத்து சபையின் நடுவில் வைத்தார்

'ரொம்ப வளவளன்னு என்னாத்துக்கு நீட்டிக்கினு? சுருக்கமா முடிச்சிக்கலாம்.'

'எல்லாம் ஒரம்பரையா வந்துக்கீறிங்க!' சந்தோசமாக்கீது. என்னா சமாச்சாரத்துக்கு வந்துக்கீறிங்கன்னு சொன்னா நல்லாக்கும்'

'சொல்றதுக்குத் தானே வந்துக்கீறம். ஏம்பா நானே அவங்க கைல சொல்லட்டுமா எப்பிடி?'

'நீயே சொல்லு பெரிப்பா! நீதானே நம்ம கூட்த்துக்கே மூத்த தலக்கட்டு!'

'அதாம்பா அவங்க கைல சொல்ட்டுமான்றேன்!'

'காது கேக்காதுப்பா, சத்தமா சொல்லு!'

'ஆமா நீதான் சொல்லணும்! நீதானே எங்களுக்கு ஆதி எல்லாம்' - என்று கத்திச் சொன்னார் ஒரு நடுத்தர வயதுக்காரர்.

'என்னாத்துக்கு இப்படி கத்தறே! மெதுவா சொல்லக் கூடாது?'

எல்லோரும் கொல்லென்று சிரித்தனர்.

'அது என்னா கைல சொல்றது கால்ல சொல்றது?'

'கம்முனு இரியாயே! கௌக்கத்திச் சீமைக்காரங்க அப்பிடித்தான் பேசுவாங்க! காது கீது கேட்டுரப் போவுது மெதுவாக பேசியா செம்பகம்!'

'நாங்க திர்ணா மலைக்குப் பக்கமாந்து வர்றோம். மொதத்தபாவே உங்க ஆளு ஒருத்தரு கையில சொல்லி அனுப்பியிருந்தோம். அவரும், அதா கீறாரே! அவரு சொன்னாங்கட்டியுந்தான் இங்க வந்துக்கீறம். அதான்!'

'நல்லா ஒடைச்சி சொல்லுங்க!'

'உங்களுக்கே தெரியுமே!'.

'நம்ப கையில சொன்னாரு உங்க ஆளு! அதாம் வந்திருக்கறோம். இதாபாரு எம்மாம் பேர இட்டந்துக்கிறம் பாரு அல்லாம் எதுக்கு! இதுக்குத்தான். அக்காம், நம்ப தம்பிப் பேரனுக்கு இங்க பொண்ணு இருக்கிறதாத் தெரிஞ்சுதான் வந்துக்கீறம். உங்களுக்கும் தெரியுந்தானே என்னா நாஞ் சொல்றது?'

'இந்தாம்மா வூட்டு மொதலாளிச்சியக் கூப்பிடு. ஏ, வேலம்மா இந்தத் தட்டக் குடு!'

'போயா சென்னம்மா! போயி வாங்கிக்க!'

தலையில் தொப்பிபோல் தலைப்பா கட்டு பெரியவர் ஆணையிட்டார்.

தட்டு வாங்கப்பட்டது. சிரிப்பும் பேச்சும் மகிழ்வும் வீட்டையும் வாசலையும் பூசி மெழுகியது.

7

ஒருவாறாக பெண் பார்த்துத் திருமணமும் முடிந்த கையோடு புகுந்தவீடு வந்து சேர்ந்தாள் பொன்மணி. பொன்மணி அழகும் சுறுசுறுப்பும் கூடிய சிறு பெண். சிறு பெண் என்றால் அவள் இன்னும் வயதுக்குக் கூட வரவில்லை. ஆனால் பார்ப்பதற்கு வாளிப்பாகத் தென்படுவாள். அவளது குடும்பத்து உடல்வாகு அது. தனக்குத் திருமணம் வேண்டுமா வேண்டாமா என்றுகூட சொல்லத் தெரியாத அல்லது புரியமுடியாத நிலையில் தான் இந்தத் திருமணம் முடிந்தது. வாழ்க்கையைப் பற்றிய எந்தத் தெளிவோ புரிதலோ அவளுக்கு இருக்குமென்று நம்புவது அபத்தம். ஏதோ விளையாட்டுப் போல எடுத்துக் கொண்டாள் என்றும் சொல்ல முடியாது. தன்னையொத்த சிறு பிள்ளைகளோடு சின்ன பிள்ளையாக விளையாடவும் செய்வாள். பெரியவர்களோடு சமமாக வீட்டு விசயங்களில் உரையாடவும் சமயத்தில் கருத்துகூட சொல்வாள். எட்டாம் வகுப்புகூட முடிக்கவில்லை. அதற்குள்ளாகவே நிறுத்தப்பட்டு விட்டாள். வறுமையோடு இன்னும் ஏதோதோ பிரச்சினைகளால் படிப்பு வாசனையற்றுப் போய்விட்டாள். என்றாலும் பள்ளிக்குச் செல்லும் தனது தோழிகளின் பாடப் புத்தகங்களை வாங்கிப் பார்த்து, முயற்சி செய்து ஓரளவு வாசிக்கவும் எழுதவும் கற்றுக் கொண்டாள்.

இங்கு இந்தப் புதிய சூழலில் அவளுக்கு கலகலப்பாக இருக்க முடியவில்லை. எல்லோரும் ஒரு விநோதப் பொருள் போலத் தன்னைப் பார்ப்பதாலோ, யாரும் இயல்பாக வந்து பேசாததாலோ என்னவோ தயக்கங்களின் துணையோடு நாட்களைக் கடத்திக்கொண்டிருக்கிறாள்.

8

அகன்ற வீதியிலிருந்து ஒரு சின்ன சந்து கிளை பிரிகிறது? அந்தச் சந்தின் முதல் முக்கில் கிழக்கு பார்த்த ஒரு சிறிய வீடு. முன் பகுதி கூரையும் பின் பகுதி ஓடாகவும் அமைக்கப்பட்டுள்ள அந்த வீட்டின் வாசலில் இருகைகளிலும் கனத்த பைகளைப் பிடித்தவாறு வந்து நின்றாள். ஒரு நான்கு வயதுப் பெண் குழந்தை அருகில் நின்றிருந்தது.

எதற்கோ வெளியே வந்த பொன்மணி அந்தப் பெண்ணைப் பார்த்ததும் ஒரு கணம் அப்படியே நின்றாள். அவள் கண்களின் இயல்பான நட்புணர்வு இவளை வசீகரித்தது. உடனே சென்று இரு

கைகளாலும் பைகளை வாங்கினாள். கண்களால் அங்கீகரித்து புன்னகையோடு வரவேற்றாள். இருவருக்குமே சொற்கள் தேவைப்பட வில்லை. நெடுநாள் பழகிய நட்புணர்வுபோல உள்ளே சென்றார்கள்.

ஒரு நடுத்தரப் பெண் இவளைப் பார்த்ததும், 'என்னா, அதுக்குள்ள வூட்டு நெனப்பு வந்திடுச்சோ?' என்று முகவாய் கட்டையை தோளில் இடித்துச் சென்றாள்.

'ஹுக்கும்' என்று கண்களால் அளந்து பார்த்தவாறே ஒரு கம்பத்தைப் பிடித்து நின்றாள். ஒரு முதிய பெண் ஒரு நடுத்தர வயது ஆண் வந்து பார்த்தார். தலையை ஏளனமாக ஆட்டினார் பின் சென்று விட்டார். இருவரும் ஒருவர்போல் உள்ளேயிருந்து கூடத்துக்கு வெளியே வந்தார்கள்.

'இந்தா அதிரசம், எங்க வூட்லந்து செஞ்சிக் கொண்டு வந்திருக்கிறேன். சாப்பிடு!'

இரண்டு மூன்று அதிரசங்களை பொன்மணியிடம் கொடுக்க வந்தாள். எல்லார் முன்னிலையிலும் எப்படி வாங்குவது என்ற தயக்கத்தோடு அமைதியாக அவள் முகத்தையே ஆராய்வது போல் பார்த்துக் கொண்டிருந்தாள்.

'என்னா அப்படிப் பாக்கறே! சாப்பிடு, அவங்களுக்கும் வெச்சிருக்கிறேன். அவங்களே எடுத்து திம்பாங்க! நீ தின்னு என்னா?'

ஊட்டிவிடுவாள் போல வாய்க்கே கொண்டு வந்துவிட்டாள். ஒரு அதிரசத்தை மட்டும் வாங்கிக் கொண்டு கண்களின் உறுத்தலிலிருந்து தப்பிப்பவள் போல பார்வைபடாத ஒரு மூலைக்குச் சென்று கொஞ்சங் கொஞ்சமாகப் பிட்டு வாயில் போட்டாள். பற்கள் வெளிச்சமிட இவளும் பொன்மணியின் இடத்தை அடைந்து சத்தமிடாத சிரிப்புடன் அவளின் முகத்தை வருடினாள்.

'இவங்க இப்படித்தான் நீ ஒண்ணும் எதுக்கும் அசறாதே! எல்லாத்துக்கும் கண்ணுல மட்டுமில்ல ஒடம்புலயும் வெசமே! இவங்ககூட இந்த ஊட்ல ஏண்டா பொறந்தேன்னு அப்பப்ப நெஞ்சில குத்திக்கிற மாதிரி பாடா படுவேன். பொறந்துட்டமே என்ன பண்றது? தா, நம்ம வளிய நாம்ப பாத்துக்கினே போவணும் அதான் தெரிஞ்சிக்கோ? வா!'

...ஆதரவாக அணைத்துக் கொண்டு உள்ளே அழைத்துச் சென்றாள். வீட்டு ஆண்கள் ஒவ்வொருவராக வெளியே கிளம்பத் தொடங்கினர். கூடத்தில் விரிக்கப்பட்ட பாயில் இருவரும் வந்து

உட்கார்ந்தனர். முதியவளும், அந்தப் பெண்ணும் ஏதோ முக்கியமான வேலையில் ஈடுபடுவதுபோல குறுக்கும் மறுக்குமாகப் போவதும் வருவதுமாக இருந்தனர். வாயிலிருந்து வார்த்தைகளை நழுவ விடாமல் கவனமாக இருப்பது போல் முகம் காட்டினாலும் ஒருவருக் கொருவர் கண்களால் பேசுவது பற்றி பாயிலிருந்தவர்கள் கண்டு கொள்வதுபோல் காட்டிக் கொள்ளவில்லை. அதே நேரம் இவர்களை அலட்சியப்படுத்துவதுபோல காசுகளைத் தரையில் கொட்டுவது போல் சிரிப்புகளைச் சிந்திக் கொண்டிருந்தார்கள்.

'ஏண்டி என்னா திமிரு பாத்தியா இவங்களுக்கு? என்ன தைரியமிருந்தா நம்ம முன்னாடியே நடுவூட்ல ஒக்காந்துகிட்டு ஞாயம் பேசுவாங்களாமா? கேக்கறதுக்கு ஆளு இல்லன்னு நெனச்சிக் கிட்டாங்களாமா?'

'அந்த மேக்கத்திக்காரப் புள்ளகிட்ட கொஞ்சம் பாத்துதான் நடந்துக்கணும்?'

'அவளுக்கு என்னாடி தெரியும்? அவ சின்ன பிள்ள! வந்துக்கீறாளே! ஒருத்தி?'

'யாரு உம்மகதானே!'

'மகளா அவ? என் வவுத்துல வந்து பொறந்து கீது பாரு! அம்மாகீறாளே! அண்ணிகீறாளேன்னு பாக்கறாளா- எங்கந்தோ வந்த பிசாசுக்குப் பாரு எமுட்டு எடங் குடுக்குறா?'

'நீ ஒண்ணும் கண்டுக்காத அத்த. அவள என்னா பண்றன்னு மட்டும் பாரு?'

'ஏண்டி அவ என்ன பெரிய இவளா? அவள நானே பேய் ஓட்றம்பாரு!'

'நீ சும்மா இரு. வந்துக்கீறாளே மகராசி! இவதான் தலக்கிமேலே தூக்கி வச்சினு ஆட்றா!'

'அவ போவுட்டும்! அப்புறம் பாரு வேடிக்கைய? இந்த புதுப்பேட்டக்காரிய என்னான்னு நெனச்சினு கீறா இவ?'

குழந்தை மீனா ஏதோ ஒரு பொருளைப் பந்து போல தூக்கிப் போட்டுப் பிடித்துக்கொண்டு விளையாடிக் கொண்டு இருந்தவள் அது இவர்கள் பேசிக்கொண்டிருக்கும் இடத்தில் முதியவளின் தோளை உரசிக் கொண்டு விழுந்தது.

'யார்ரி அவ! ஊடா? காடா இது? என்னா சனியன் இது? எம்மேல வந்து வுளுவுது?'

'பாட்டி பயந்திட்டியா? அதப் போடாத எங்கிட்டக் குடு! அது எம்பந்து?'

அது விசிறப்பட்டு சன்னல் வழியாக வெளியே விழுந்ததைக் கண்டு குழந்தை 'ஓ' வெனக் கதறியது.

அலறியடித்துக் கொண்டு உள்ளே வந்தவர்கள், 'என்னா நெனச்சினுகீறிங்க ரண்டு பேரும். கொளந்த புள்ளன்னுகூட பாக்காம இப்பிடி போட்டு அடிப்பீங்களா? மனுசிங்களா நீங்க? புள்ளயப் பெக்கல? நீயெல்லாம் ஒரு பெரிய மனுசியா? த்தூ? உனக்கு ஒரு மருமவ. ராக்காசி பேயி, பிசாசு! வவுத்துல எதுனா தங்கியிருந்தாதான புள்ள அருமை தெரியும்? உனக்கு எங்க போச்சி புத்தி? கௌவி ஆனாக்கூட உம்புத்தி இப்படியேதான் இக்குமா? நீ மாறவே மாட்டியா?'

'யாருடி அவ? மேக்கத்தியா! வாடி இங்கே!' குரல் கேட்டதும் உடல் முழுதும் ஒருவித பதற்றம் தொற்றியது. மெல்ல வந்து தலையைக் காட்டினாள் பொன்மணி.

'வாடின்னா வர்ணும்னு தெரியாதா? என்ன சத்தத்தையே காணம்!'

அஞ்சியவாறே தலையைக் குனிந்து கொண்டு வந்து நின்றாள்.

'ஏண்டி, வாயில என்னத்த வச்சிக்கினு கீற? வாயத் தொறக்க மாட்டீங்களா? வாயத் தொறந்தா முத்து சிந்திடுங்களா? கூப்பிட்டா இதா வந்திட்டேங்கேன்னு சொல்லணும் தெரியுமா? உங்க வூட்ல இதெல்லாம் சொல்லிக் குடுக்கலியா?'

'சொல்லிக் கொடுத்தாலும் இவ கேக்கணுமேடா? இவளுக்கு வந்த எடத்துல எப்படி அனுசரிச்சிப் போவணும்னு கொஞ்சமாவது தெரியுதா? என்னமோ சின்னப் பிள்ளையாச்சேன்னு பாத்தா ரொம்ப தான் ஆட்றா? இவ நாத்தனாக்காரிகிட்ட ரொம்பதான் ஒட்றா! இது நல்லால்லடா ராமா?'

'என்னாடி அது?'

'இல்ல அதெல்லாம் ஒண்ணுமில்ல!'

'என்னா ஒண்ணுமில்ல!'

'பல்லு ஒண்ணுகூட இர்க்காது மவளே இன்னா புரிஞ்சுதா!'

'... ம்!'

'போ போயி வத்திப் பெட்டி எட்த்தா!'

'என்னாடி முளிக்கிறே'

'வத்திப் பெட்டின்னா தெர்லயா? அடச் சனியனே! தீப்பெட்டி! தீப்பெட்டி! அட எளவே, நெருப்பொட்டி எடுத்துனுவா போ, போ!'

ஒரு நொடியில் வந்தது தீப்பெட்டி, வத்திப்பெட்டி என்கிற நெருப்பெட்டி. ஒரு குச்சியை எடுத்துக் கிழித்தான். அது கொய்ங்கென்று மின்னி அணைந்தது. இன்னொன்றைப் பற்ற வைத்தான். பின் மின்னும் சிறு கங்குடன் அவள் மீது வீசினான். அவள் பதறி அதைத் தவிர்த்தாள்.

'அடே எம்மாம் உசார் பார்றா? உசுருமேல அம்புட்டு அக்கற, ஹே... ஹே... ஹே...'

ஒரு பீடியை எடுத்து உதடுகளில் செருகிக் கொண்டு பற்ற வைத்தான். கொளுந்துவிட்டு எரியும் குச்சியை அப்படியே அவள் மீது போட ஓங்கினான். அவள் பதற்றத்தை ரசித்து, அதை ஒரு உதறு உதறி அணைந்தபின் வீசினான். அது அவள் கால்விரலின் மீது விழுந்தது. அவசரமாகக் காலை பின்னுக்கு இழுத்துக் கொண்டாள். தலையை ஆட்டி அதை ரசித்துவிட்டுப் புருவம் மேலேற சிவப்பு நட்சத்திரமாய் மின்னப் புகையை உள்ளுக்குள் இழுத்தான்.

முழுப் புகையை குப்பென அவள் முகத்தின் மீது பாய்ச்சினான். மூக்கிலும் வாயிலும் நுழைந்து அவள் திக்கு முக்காடிப் போனாள். இருமலும் குமட்டலும் வதைக்கக் கண்ணெல்லாம் சிவக்க மூக்கிலிருந்து கம்பிபோல நீராக இறங்கியது. விலகி ஓடி புடவைத் தலைப்பில் வாயை மூடி உள்ளுக்குள்ளேயே இருமினாள், குமுறினாள்.

'ஏண்டி ஒரு தபா இந்தப் பொகைக்கே இந்தப் பாடு பட்றியே, நான் எம்மாம் பீடி புடிக்கிறேன். எனுக்கு எப்படி இர்க்கும்? போடி போ, குடிக்கக் கொஞ்சம் தண்ணி கொண்டா!'

'ஏண்டா, நா தெரியாமதா கேக்கறேன்! என்னா பண்ணிச்சு அந்தப் பொண்ணு? ஏண்டா அத இப்படி வதப் பண்ற? ஒங் கைல எத்தனதபா சொல்றது? நல்லா வச்சிப் பொழைடா நாயே!'

'நானா பொயக்கமாட்டேன்றேன்! நீ பாட்டுக்கு பேசற? இன்னான்னு நெனச்சிப் பேசற நீ? இவளல்லாம் எங்க வெக்கணுமோ, அங்கதான் வெக்கணும்? தெரிமா?'

'போடா நாதாரி? உனக்குப் புத்தி கித்தி கீதா இல்லையா? அது இன்னாடா பண்ணிச்சி? பச்சபுள்ள, உன்னும் ருஜவுகூட ஆவுல.

அதப்போயி ஏண்டா ஆத்தாளும் மவனும் சேர்ந்து கங்காச்சிப் பண்றீங்க? நல்லாவே இக்க மாட்டிங்கடா நீங்க?'

'தா கம்முனு கெடக்க மாட்ட? அக்கா காரின்னு பாக்கறன். இல்லாகாட்டி என்னா நடக்கும்னு தெரியாது அக்காம்'.

பீடியை ஒரு இழு இழுத்துவிட்டு அதைக் காலில் போட்டு நசுக்கியவாறே,

'சும்மா போம்மே. எனுக்கும் எம்பொண்டாட்டிக்கும் நடுவுல நீ என்னா பஞ்சாயத்து? கூப்ட்னா உன்ன? போ மாட்டே!'

'போமாட்டண்டா பேமானி! உனுக்கு எவ களுவி ஊத்தப்போறா? எங்க மூத்தாரும், ஊட்டுக்காரரும் இல்லீன்னா இதுகூட உனுக்குக் கெடச்சிருக்காது. நீ தெரு நாயாத்தான் அலஞ்சினு இருந்துப்பே! உன்னக் கொண்டாந்து ஒரு குடும்பமா ஒக்கார வச்சா, நீ யாரு கேக்றதுக்கின்றியா? வேணாண்டா ராமா? இது நல்லால்ல பாத்துக்கோ, நல்ல பொண்ணு அது. இதயும் எளந்துட்டேன்னு வச்சிக்கோ பரதேசியாத்தான் போவ நீ!'

'என்னாடி ரொம்ப துள்ளு துள்ற? வந்தவளுக்கு வக்காலத்து வாங்கற? உம் பொளப்ப பாரு! எங்க பொளப்ப நாங்க பாத்துக்கறம், எங்கூட்டுக்கு வந்தவளை எப்படி வச்சிக்கினும்னும் எங்களுக்கு நல்லாத் தெரியும். நீ வந்து புத்தி சொல்ற அளவுக்கு நாங்க இல்ல வந்தா? தின்னமா? போனமான்னு இர்க்குனும். நாட்டாம பண்ற வேலையெல்லாம் வெச்சிக்காதே அதான் சொல்லிட்டேன் தெரிஞ்சுக்கோ!'

'த்தூ! நீ ஒரு பொம்பள! உனக்கு ஒரு புள்ள! அவக்கு நீ வக்காலத்து! நல்லாக்கீது நாயம்? ஊட்டுக்கு பெர்ய மனுசி எப்படிப் பேசறா பாரு! உன்னாலதாண்டி உம்மவன் இப்படிக் கேடு கெட்ட நாயா பூட்டான். உனுக்கெல்லாம் எவ சொல்லுவா. வா பொண்ணு போயி மூஞ்சி மொகத்தக் களுவிக்கினுவா சனியம் புடிச்ச நாயி!'

'எங்கடிப் போற! நீயும் உன் நாத்தனாளும் கூட்டணி போட்டுட்டீங்களா? எத்தினை நாளக்கி அவ இர்ப்பா நாளக்கோ மறுநாளே ஊர்க்குப் பிச்சிக்குவா, அப்பாலத்திக்கி? உங்கைல யாரு நிப்பா? எங்க கிட்டதான வால சுருட்டிக்கினு கெடக்கணும். இப்ப ஒன் நாத்தனாவ வால மடக்கிக்கச் சொல்லு.'

'உட்றா, அப்பாலத்திக்கிப் பேசிக்கிலாம். அடியே பொன்னு, எம் பொன்னுமணி போயி தண்ணி வெளவு அவன் வெளியில போவணும்!'

'பெரிய தாசில் உத்தியோகம்! நீ வெளவிக்க மாட்டியா? அவதான் வெளவணுமோ! ஏண்டா இப்படி அளியிறீங்க!

'டே, இவ இங்க இந்தான்னு வச்சிக்கோ இந்தக் குடும்பத்தையே நாசமாப் பண்ணிப்பூடுவா?

9

'எம்மா!'

இந்த வார்த்தை காதில் விழுந்ததும் பதறி வெளியே வந்தாள். கட்டிப் பிடித்துக் கொண்டு ஓ, வெனக் கதறினாள்.

'புரிந்தும் புரியாமலும் மகளின் கண்ணீர்க் கதறல் தாயின் உள்ளத்தைக் கரைத்து விடவே அவளும் மார்போடு அணைத்துக் கொண்டு விசும்பினாள். தலைமுடியைக் கோதிவிட்டு இழுத்து அணைத்து முத்தமிட்டு'

'என்ன கண்ணு, என்னாடி ஆச்சி தலைவிரி கோலமா வந்துக்கீற?'

'அதெல்லாம் அப்பால பாத்துக்கலாம் நீ வூட்டக்குள்ளாற இட்டுக்கினு போம்மா, அக்காம்!'

இப்பொழுதான் இவளை நன்றாகப் பார்த்தாள்.

'எம்மா, இவ அளுவாச்சில உன்ன கவனிக்கல தாயி! என்னா சமாச்சாரம்? புள்ள இப்படி பெதுறி வந்துக்கீறா? என்ன ஆச்சி?'

'ஒண்ணும் இல்லம்மா? நீ ஒண்ணும் பதற வேணா! நாந்தான் பத்தரமா இட்டுக்கினு வந்துக்கீறன் இல்ல! நீ ஏன் பேஜார் பட்ற? சும்மா இரும்மே! புள்ள வயிசுக்கு வர்றமாறி கீறா தானே! அதான் இட்டாந்துட்டேன். ஒண்ணுமில்லம்மே! நா, வர்ட்டா?'

'என்னாது, வந்து ஒரு முளுங்கு தண்ணிகூட குடிக்காம, ஒரு வாயி சோறு கூட தின்னாம இப்படி போறன்றியே! இருமா, இந்து நாளக்கிப் போலாம்!'

'அய்யோ அம்மா, நா இன்னாத்த சொல்லுவேன், சின்னப் புள்ளைய வுட்டுட்டு வந்துட்டனா? அது தாய்க்காரிய நெனச்சிக்கினு

அழுவுமில்ல! அதான் நாஞ்சொல்றது புள்ளய பத்தரமா பாத்துக்கோ நா பொறப்பட்றேன். எம்மா, பொன்னுமணி! நா, வர்ட்டுமா?'

கண் கலங்க பொன்மணி பரிதாபமாகப் பார்த்தாள். அவளை இவள் கட்டிப் பிடித்து முத்தமாரி பொழிந்தாள். தலையை நீவினாள். முகத்தை வருடினாள். இழுத்தணைத்தாள். கண்ணில் நீர் முட்டி வர மீண்டும் முத்தங்கொடுத்து, அவளைப் பத்திரமாகத் தாயிடம் ஒப்படைத்த திருப்தியுடன் புறப்பட்டாள். பெரிய பாரத்தை இறக்கி வைத்த உணர்வோடு பெருமூச்சு விட்டாள். திரும்பித் திரும்பிப் பார்த்தவாறே தயங்கித் தயங்கி நடை போட்டாள். கலங்கிய கண்களின் நேசமும் பாசமும் நன்றியும் கூடிக் கலந்த சோகம் வழியும் அந்தப் பார்வை மனசைப் பிசைய நடக்க இயலாமல் நடையைக் கட்டினாள்.

10

பொன்மணி வந்து மூன்றாவது நாள் இன்றுதான் அவள் சமநிலைக்கு வரத் தொடங்கினாள். தாய் எவ்வளவோ விசாரித்தும் ஒன்றும் சொல்லவில்லை. ஆனால் ஏதோ நடந்திருக்கிறது என்று மட்டும் அவளுக்கு உறுத்திக் கொண்டேயிருக்கிறது? வந்ததிலிருந்து பொன்மணி விழிகளில் கலக்கமும் துயரும் மண்டி யாரிடமும் பேசாமலேயிருந்தாள். ஆனால் வீட்டுக் காரியங்களில் ஒத்துழைப்புக் காட்டுவதில் தவறவில்லை. தாய்க்கு மட்டும் குறுகுறுப்பாகவே இருந்தது. ஓயாத அறுவடை வேலையிலும் உறவினர் வேறு தொடர்ந்து வந்த வண்ணம் இருந்ததால் பொன்மணியிடம் தனித்துப் பேச அவகாசம் வாய்க்கவில்லை. ஆனால் அவளின் முகத்தைப் பார்க்கும் போதெல்லாம் மார்போடு அணைத்துக் கதறவேண்டும்போலத் தோன்றுவதைத் தவிர்க்க முடியவில்லை. இன்று, என்ன காரணம்? ஏன் தனியாக வந்தாய் என்று கேட்டுத்தெரிந்து கொள்ள வேண்டுமென்று எண்ணினாள். பொன்மணி ஒரு மூலையில் சுருண்டு படுத்திருப்பதை யதேச்சையாகப் பார்த்தவள் திடுக்கிட்டு, 'என் பொன்னுமவளே, என்னாடி ஆச்சி! எம்மா?' என்றவாறே ஓடி வந்தாள். வந்தவள் அவளை வாரி எடுத்து மார்போடு அணைத்தாள். ஏதோ ஒருவிதமான வாசனை அவளிடமிருந்து வருவதை உணர்ந்தாள். காலின் கீழே சொட்டு சொட்டாக ரத்தத் துளிகள் இருப்பதைப் பார்த்தாள். 'அடி மவளே! இது தானா அந்த வாடை! செரி வா வா!'

'அடியே, மங்கா, வாயா இங்கே? நம்ம பொண்ணு பெரியவளாயிட்டா, வா, வா'

இந்த வார்த்தை காதில் விழுந்ததோ இல்லையோ, மங்காவும், மாரியும் மின்னல்வேகத்தில் வந்து சேர்ந்தார்கள்.

மங்கா உள்ளே சென்று ஒரு குவளையில் பாலை எடுத்து வந்து கொஞ்சங்கொஞ்சமாகக் குடிக்க வைத்தாள். மாரி வாழைப்பழத்தை உரித்து பிட்டுப் பிட்டு ஊட்டினாள். சிரிப்பும், மகிழ்ச்சியும் சூழலின் மௌனத்தைத் துடைத்துக் கொண்டிருந்தது.

'ஏயா, ரங்கனைக் கூப்பிடு! ஓலைய வெட்டியாந்து நம்ப வூட்டணப்பிலேயே தடுப்பா போட்டுடட்டும். சும்மா சாங்கியத்துக்கு இந்தா போதும். நம்ம ஏகாலியம்மா சின்னதாயி அத்தைக்குச் சொல்லுமா! அவதான் மொத மாத்துக் குடுக்கணும்'

'மொத மாத்து மட்டுமல்ல, வூடு நொளையறவரிக்கும் அவதான தரணும். அதான்யா சாங்கியம்!'

'சாங்கியத்த வுட்றாத!'

'சும்மா ஒரு நாளக்கிக் குடுத்தாபோதும். எல்லாம் நாமளே பாத்துக்கலாம்'

'அப்பபடியா சொல்ற'

'பின்ன என்னா பின்ன! இப்பெல்லாம் வண்ணாமுட்டாரு முட்டுத் துணியல்லாம் தொவக்கிறதில்ல, தெரியுமா?'

'பின்ன எப்படியா ஆவுறது?'

'எப்படின்னா! அப்படிதான்! நாமளே ஒரு பழய துணிய அவகிட்டக் குடுத்து இவளுக்குக் குடுக்கச் சொல்லுவோம். கௌஞ்சத நாமளேதான் அப்புறப்படுத்தணும். அவங்க தொடமாட்டாங்களாம்!'

'என்னாடி கூத்து இது?'

'இப்பெல்லாம் காலம் மாறிப்போச்சி தங்கம்மா! காலத்துக்குத் தக்கமாறி மாறித்தானே ஆவணும்.' தங்கராஜி புகையிலை எச்சிலைக் காறி வெளியே துப்பிவிட்டு இவ்வாறு கூறினான்.

11

'எம்மா என்னாடி புள்ள இது? ஐயோ சாமி! இந்த மாதிரி கொடுமைய நான் பாத்ததே இல்லையே! யே, மங்கா, மாரி வாங்கியா இங்கே வந்து பாருங்கியா இந்த கோரத்தை!'

மங்காவும், மாரியும் பதட்டத்துடன் ஓடி வந்தனர். 'என்னா சின்னம்மா! என்னாச்சி! எதுக்கு இந்த கூச்சல் போட்ற?'

'கூச்சலா? வந்து பாரு! நீயாந்தா ஊரையே கூட்டியிருப்ப!'

'அய்யோ மகளே! என்னாடி இது?' தடவிப் பார்ப்பாளா? தலையிலடித்துக் கொள்வாளா? கண்ணீர் விடுவாளா? கதறித் துடிப்பாளா? ஓலகமிடுவாளா? ஒப்பாரி வைப்பாளா?

மாரிதான் சமாளித்துக் கொண்டு 'நாமளே இப்படி கத்திக் கதறி ஆர்ப்பாட்டம் பண்ணி வெளிச்சத்துக்குக் கொண்டு வரணுமா? நிறுத்துடி புள்ள! சும்மா இருக்கமாட்டே! நம்ம புள்ள! நாமளே அவள சித்திரவதை பண்ணணுமா? கம்முணு இரு. சின்னம்மா, சீக்காய அலசி சட்டு புட்டுனு உடுப்பு மாத்து! எளுயா மங்கா! ரண்டு சொம்பு தண்ணிய ஊத்து, புள்ள பாரு, மலங்க மலங்க முளிக்குது. எம்மா, ஒண்ணுமில்ல சாமி! இவ கெடக்குறா! நாங்க கீறமடா? நீ ஒண்ணும் நெனக்காத மகளே!'

மங்கா உள்ளுக்குள்ளே முணுமுணுத்துக் கொண்டு எழுந்தாள். உதட்டை மடித்துத் தேம்பலை அடக்க முற்பட்டாள். இளம் மார்புகளைத் தடவித்தடவி வெதுவெதுப்பான நீரை ஊற்றினாள். அங்கங்கே கறுப்பு கறுப்பாக சூடுபட்ட வடுக்கள். நீவி நீவித் துடைத்த பின்னும் பளிச்செனக் காட்டிக் கொண்டிருந்தன.

மாரிதான் அதிர்ச்சியால் வீல் என்று கத்தினாள்! தொடையில் உள்ள நீண்ட சூடுபோட்ட வடுவைப் பார்த்து, மூர்ச்சித்துத் தடுமாறினாள். நாக்குழறி கையை இப்படியும் அப்படியும் ஆட்டினாள். சின்னம்மாள் அவளை அணைத்து முகத்தில் நீர் தெளித்தாள். விழித்துப் பார்த்தவள். தலையைத் தலையை அடித்துக் கொண்டு இன்னும் எங்கெங்கே சூட்டுத் தழும்புகள் என்று தேடினாள். அவளை இறுக அணைத்துக் கொண்டு, 'வா சாமி! என்னப் பெத்தவளே!' நாங்க இருக்கிறோம்! வா!' என்று வீட்டுக்குள் அழைத்துப் போனாள். செய்வதறியாது மங்காவும் எந்திரம்போல் அவர்கள் பின்னால் சென்றாள்.

12

வாசலில் செருப்பு சத்தம் கேட்டது. பின் அது அடங்கியது. ஆனாலும் மங்காவின் கூர்மையான காதுகளுக்குத் தப்பவில்லை அச்சத்தம். 'யாராயிருக்கும்?' என்று மனசுள் கேட்டவாறே வெளியில் வந்தாள். பொன்மணியின் மாமனாரும் மாமியாரும் செருப்பை அவிழ்த்து விடுவது மங்காவின் கண்ணில் பட்டது.

கண்கள் தணலாய்ச் சிவக்க வெப்பச் சொற்களை வீசினாள் மங்கா.

'என்னா மசுருக்குச் செருப்பக் கழட்டி விட்ற!', எந்த மூஞ்சிய வச்சிக்கிட்டு எங்க வாசல மிதிக்கிறீங்க! போங்க அப்பிடியே! அந்த பளய மொறத்தக்கூட காணமே, அந்தப் பிஞ்சிப்போன செருப்பை எடுத்துக்கினு வாங்கடி! ஆளுக்கு நாலு வாங்கினு போவட்டும்! பெரிய சம்சாரிங்க மாதிரி வந்துட்டாங்க. தோள்ல துண்டு, மூஞ்சியில மீச! த்தூ! அவ கொண்டயப்பாரு! அவ கொசவத்தப்பாரு! தோடு, தொங்கட்டான் வேற! மினுக்கிக்கினு வர்றா! இப்பதான் புதுப்பொண்ணாட்டம்! எங்கத்திச் சனியங்களோ? நாம போயி மாட்டிக்கினோம்!'

என்னமோ ஏதோவென்று ஓடிவந்தமாரி, திடுக்கிட்டுப் பின் சுதாரித்து 'அட்றீ சக்காளத்தி! ஒங் கொண்டையில கொள்ளிக் கட்டைய வைக்க! இப்பதான் வந்துக்கீறா கொமுரியாட்டம்! பொட்டப்பாரு பூவப் பாரு!'

'ஏண்டி, நீயெல்லாம் புள்ளபெக்கல? உம் புள்ளைய இப்பிடிப் பண்ணியிருந்தா சும்மா இருப்பியா டீ? மூளி அலங்காரியாட்டம் கீறா பாரு! ஏண்டீ! பச்ச புள்ள, அவள என்னா பாடுபடுத்திக்கீறான் உம்மவன்? அவ(ன்) நாசமாத்தாம் போவான் நாயி!'

கைகளை உயரத் தூக்கிச் சாபமிடுவாள் போல,

'பட்டப் பகல்ல பாம்பு கடிச்சிச் சாவானா? நட்ட நடு ராத்திரியில நாண்டுகினு சாவானா? அநாதப் பொணமாத்தான் போவான்! அவம் பொசுக்குன்னு போவக் கூடாது. துள்ளத்துள்ளத் துடிக்கத் துடிக்கச் சாவு வரணும்'

அதற்குள் மொத்த ஊரே கூடிவிட்டது கூட்டம் எங்குக் கூடினாலும் அழையாத நாட்டாமை நம்ம கோவிந்த செட்டி மல் பனியன், மல்வேட்டி, நெற்றியில் பட்டை, பட்டையாத் திருநீறு. நடுவில் சிவப்புப் பொட்டு. வெளுத்த தலை, கனத்த உடம்பு, பானை வயிற்றைத் தடவிக் கொண்டே வெற்றிலை எச்சில் பூவாளியைவிடச் சன்னமாகத் தெளிக்க

'என்னாயா மங்கா? மாரி ரொம்ப ஆர்பாட்டம் பண்றா? வந்த ஒரம்பரைய வாசல்ல வச்சிக்கினே பேசறீங்களே, பரவால்லியா! எதாந்தாலும் ஒக்காந்து பேசிக்கலாம். உள்ள கூட்டினு போங்கம்மா! என்னா இது? நம்ம ஊரப்பத்தி என்னா நெனப்பாங்க! என்னாத்துக்கு இப்படி கும்புலு கூடுவீங்க? எதுனா ஒண்ணுன்னா வந்தர்றீங்க! இங்க என்னா அவுத்துப் போட்டுனு ஆட்றாங்களா? என்னாத்துக்கு இப்படி திமுதிமுன்னு மொய்க்கிறீங்க?'

யாரும் கொஞ்சங்கூட அசயக் காணோம். வந்ததே கோவம் கோவிந்தசெட்டிக்கு! மேல் துண்டை தலையில் உருமால் கட்டிக் கொண்டு வேட்டியைக் கீழ்ப்பாய்ச்சிச் சொருகிக்கொண்டு தடியை எடுத்துக்கொண்டு வீசுவதுபோல் பாவனை காட்டிக் கூட்டத்தை நோக்கி வரவும்.

கூட்டம் வேண்டா வெறுப்பாக முணுமுணுத்துக் கொண்டும், சில சொற்களைக் கோபமாகவும், உரத்தும் எட்ட இருந்தவாறே கூறிக்கொண்டும் கலைந்தது.

'நாங்க இவங்ககிட்ட பட்டது போதாதுன்னு மறுபடியும் படணுமா? உனக்கு ஒண்ணுந் தெரியாது செட்டியாரே! கம்முனு போவமாட்ட?'

'என்னாயா தெரியாது எனுக்கு? குடும்பம்ன்னா அப்பிடிதாம்மா? முன்னபின்னதான் இருக்கும் அனுசரிச்சிதான் போவணும். சும்மா சின்னப் பிரச்சனைக்கெல்லாம் ஊரக் கூட்டணுமா? போயா மங்கா யே!'

'இதபாரு செட்டிக்காரா? எனக்கு வெறி வந்திச்சின்னா என்ன பேசுவேன்னு தெரியாது. கம்முன்னு போ!'

'நீ வீரின்னு தெரியாதா எனுக்கு? மாரின்னு யாருக்குத் தெரியும்? வீரின்னா அளுத புள்ளகூட வாய மூடிக்குமே! அதெல்லாம் தெரியும் மாரி! அத நம்ம வூட்டுல காட்டாத எம்மா! நவுரு, நவுரு. வாங்கப்பா! இன்னிக்கு அடிபட்றதுதான், நாளக்கிக் கூடிக்கிறதுதான். சொந்த பந்தத்துல இதல்லாம் பாக்கக்கூடாது. வாப்பா மீசக்காரா வந்து ஒக்காரு. ஏம்மா உங்க ஊட்டுக்காரர கூட்டிக்குனு உள்ள வாம்மா!'

'உடாத அவங்கள! எங்க பெரிய பய்யன் வந்தான்னு வச்சிக்க, இந்தச் செட்டியாரு இல்ல எந்தக் கொம்பன் வந்தாலும் தடுக்க முடியாது. பொணமாத்தான் போவணும்? மாணா செட்டியார! சொன்னா கேக்கமாட்டியா?'

'சும்மா இருயா! ரொம்ப உடாதே! எங்கிட்ட இமுட்டு பேசறியே, வரதகவுண்டங்கிட்ட பேசுவியா நீ! அவன் என்னா சொன்னாலும் ரண்டயும் மூடிக்கின்னு போவ மாட்டீங்க! இன்னக்கி பாத்து அவன் சந்தக்கிப் போயிட்டான். வந்தான்னு வச்சிக்கோ இவ்வளவு தூரம் பேச வேண்டியதே இக்காது'.

மங்கா கோவிந்தசெட்டியின் கையைப் பிடித்து இழுத்துக் கொண்டு உள்ளே போனாள். வெளியில் இருப்பவர்களுக்கு கேட்காமல் செட்டியாருக்கு விளங்கும்படி மிகவும் முயற்சியெடுத்து பாந்தமான

சொற்களில் ஆனால் உள்ளத்தில் பதியுமாறு கூறினாள். கேட்டுப் பதைபதைத்த கோவிந்தசெட்டி, ஆத்திரமும் கோபமும் ஒருசேரக் கொப்பளிக்க ஒரு நிமிடம் அப்படியே ஆடிப் போய்விட்டார்.

ஒருவாறு சமநிலைக்கு வந்து ‘ஒண்ணு சொல்றன் மனுசுல வெச்சிக்கிங்க! இவனுங்கள சும்மாவுடக்கூடாது. இப்ப தந்திரமாப் பேசி அவங்க எல்லாத்தையும் வரவச்சிடலாம். அப்பாறம் பாரு நா என்னாப் பண்றேன்னு! இப்ப நா சொல்ற மாதிரி கேக்குணும் செரியா? என்னாயா மாரி! உம் பய்யன் வந்தாலும் குதிப்பான். பக்கந்தானகீறன். என்னய ஒடனே கூப்பிடு. கம்முணு இருங்க, நா பாத்துக்கறன். நல்ல வேள வரதன் இல்ல! அவன் இருந்தான்னா! கம்முணா இருப்பான். என்னாலியே முடியலியே!’

துண்டை எடுத்து முகத்தில் வழியும் வியர்வையை அழுத்தித் துடைத்தார் செட்டியார். தணிந்த முகபாவனையோடு அவர்களை உள்ளே அழைத்து கட்டிலில் அவரை உட்கார வைத்துத் தானும் உட்கார்ந்தார். அவர் மனைவியைத் தரையில் பாய் மீது உட்காரச் செய்தார்.

‘இங்க பாருப்பா, உன்னப் பாத்தா நல்ல ஆளூ மாதிரிதான் தெரியுது. ஆனா உங்கப் பையன் பண்ண வேலைக்கு அவன கண்டந்துண்டமா வெட்டிக் காக்காக் கழுகுக்குப் போட்டாக்கூட எம்மனசுக்கு அது கொறவாத்தான் படுது. அப்படிப் பண்ணிக்கீறான் அவன். மனுசனாய்யா அவன்?’

‘பொண்ணா, பூவா? பொண்ணப் பூவக் காட்டிலும் பொறுப்பா வச்சிக்கணுமில்ல? என்னாயா பண்ணிக்கீறான் உம் பய்யன்? இதப் பாரு, நாமட்டும் இல்லன்னு வச்சிக்கோ இந்தப் பொம்பளங்களே உங்கள உண்டு இல்லன்னு பண்ணியிருப்பாங்க!’

‘அதெல்லாம் இல்லீங்க எம் பய்யன் கொஞ்சம் கோவக்காரன்னாலும் யாருக்கும் எந்தக் கெடுதலும் நெனக்க மாட்டானே! அடுத்தவங்களுக்கு உதவிதான் செய்வான். எங்கைல சொல்லு நா பாத்துக்கறேன்.’

‘என்னாது நீ பாத்துக்கறாயா?’

‘செட்டியாரே, எம்புள்ள பொளச்சிப் புண்டு உளுந்தது போதும். மரியாதயா இவங்களப் போவச் சொல்லிடு. அப்பாறம் அசிங்கமாப் போயிடும். பாத்துக்க!’

‘கம்முணு இருயா மங்கா! அவசரப்படாதே!’

'என்னா அவசரப் படாதேன்ற! இவங்கள மானங்கெடுத்தி மந்தையில நிறுத்தாமகீறமே. அதான் நாங்க பண்ற பெரிய தப்பு. என்னா செட்டியாரே பேசற நீ!'

'அட இருயா மாரி! நீ வேற எளுந்துக்கினையா? மாணா இரும்மா!'

எழுந்து இருவரையும் சமாதானப்படுத்தி விட்டு, வந்தவர்களிடம் மெதுவான குரலில்

'இதப்பாரு மீசக்காரரே! ரொம்ப முத்திப் போச்சி. நெருப்ப மெதிச்சவங்க மாதிரி கீறாங்க. தண்ணி ஊத்தினாக்கூட ஆறாது இப்ப! நீ என்னா பண்றே ஒரு அஞ்சி நாளோ, பத்து நாளோ போவட்டும். இங்கியும் கொஞ்சம் தமுக்கட்டும். அப்பாறம் நீங்க உங்க ஆளுங்க ஒரு பத்துபேராட்டம் வாங்க. எங்களுக்கு வேண்டப்பட்டவங்களும் கீறாங்க! எல்லாத்தியும் வச்சி பேசிக்கலாம். அதாம் முடியும். மனுசுல ஒண்ணும் வச்சிக்காதிங்க. இப்ப போங்க! நா சொன்ன மாதிரி உங்க ஆளுங்களோட வாங்க. நாம பேசிக்கலாம்.'

மெல்லவும் முடியாத விழுங்கவும் முடியாத மன நிலையில் சரியென்று தலையாட்டுவதைத் தவிர வேறுவழியின்றிச் சென்றனர்.

13

'வாய்யா, எங்க போயிருந்த! மூணு நாளாக் காணம்! உன்னப் பாக்காம கண்ணுகூடப் பூத்து போயிடிச்சி போயா!'

'உட்றாம் பாரு செட்டிக்கார மாமன்!'

'ஏய்யா, ஒரு ஓரம்பற சரம்பற கூட போகக் கூடாதா? உன்னாட்டம் மாரிம்மா கோயிலுகல்லுகிட்டே கெதின்னு ஒக்காந்துனு இருக்க முடியுமா?'

'அதுக்கில்ல வரதா! நீ இருந்தாதான் ஊரே கலகலன்னு கீது. நீ இல்லன்னா என்னுமோ கொறயாவே தெரியுது. அது என்னுமோ தெரியல நீ இக்கும்போது அப்படி ஒண்ணும் தெரியல. நீ இல்லன்னா தான் என்னுமோ பறி கொடுத்த மாதிரி ஆயுடுதுயா! மச்சான் மச்சான். என்னுமோ சொல்ல நெனச்சேன். கேபகத்துக்கு வர்ல போயா'

'அது வராட்டிப் போனா இதாச்சி! பொகல இந்தா ஒரு துண்டு குடு. வாயி என்னுமோ ஒரு மாதிரி கீது.'

'இந்தா இந்தா எங்கிட்டயும் கொஞ்சமாதான் கீது. இக்கறத ஆளுக்குக் கொஞ்சம் அதக்கிக்கலாம். என்னாத்த வாரிக்கினு போவப் போறம்'

'இத்துனூண்டு பொகலத்துண்டுக்கு என்னா கவி கட்றாம் பாரு! மொண்ண வாயனுக்கே இமுட்டு தெரிஞ்சா நா என்னா கம்மனாட்டியா?'

'பாத்தியா! அந்தப் பொகலையே இல்லாம தானே எங்கிட்டக் கேக்கறன்னு சொன்னா உனக்கு எமுட்டுக் கோவம் வரும்?'

'ஏம்பா, நேராவேக் கேக்கறது? அது என்னா சுத்தி வளச்சி மூக்கத் தொடரது? நா என்னுமோ ரவ பொகலக்கிக் கெதியில்லாம பிச்சக் கேக்கற மாதிரியும், நீ என்னமோ கர்ண மகாராஜனாட்டம் அள்ளி அள்ளிக் குடுக்கறதும் ரொம்பதாம் பீத்திக்கிறப்பா!'

'அடப் போ மாமா நா என்னுமோ ஒரு தமாசுக்கு சொன்னா நீ கூரமா எடுத்துகறதா?'

'ஏ, என்னா நீ ஒருதபா மச்சான்ற! அப்பாறம் மாமான்ற! எதுனா ஒண்ணுல நில்லுப்பா!'

'கோவிச்சிக்காத மாப்ள! ஒரு மரியாதக்கி மாமன்றதுதான். எல்லா நேரத்திலயும் ஒரே மாதிரி இருக்க முடியுமா? நா மச்சான்னா, நீ மாமான்னு கூப்பிடு! மாமான்னா மச்சான்னு கூப்பிடு? என்னா போச்சி இப்ப! ஆனா இந்த அண்ணந்தம்பி மொற மட்டும் வேணா வரதா! இதுல கீற மாதிரி அதுல அந்நியோன்னியம் இருக்குதா பாரு!'

'ஆமாமா! மாமன் மச்சான்றதுல தான் ஒரு இது கீது அந்த வெத்தலக் காம்ப கீள போட்றாத இங்க குடு! அதச் சேத்து மென்னாத்தான் நல்லாக்கீது'

'காம்பு என்னா முளுசா ஒரு வெத்தலயே எடுத்துக்கோ?'

'ஏயா, இந்த மாரி ஷூட்டுப் புள்ளய என்னாக்கங்காச்சிப் பண்ணிக்கிறாங்க பாவம்யா அந்த புள்ள!'

'சும்மாவா வுட்டிங்க அந்த நாய்ங்கள!'

'நாந்தான் கூச்சல் மாணா, நெதானமா போங்கன்னு தமுக்க வச்சி அனுப்பி வச்சேன்!'

'அதுஞ்செரிதான், அதுங்கதான் அப்பிடிப் பண்ணுச்சின்னா நாம்பளும் அதேமாறி செய்ய முடியாது. நல்லாதான் செஞ்சிக்கீற'

'நீ இப்ப இப்படிப் பேசற! அன்னிக்கு நேர்ல இந்துந்தா என்னா பண்ணிப்பியோ?'

'ஆமா! ஆமா! எனக்குதான் ஆத்திரம் கண்ண மூடிக்குமே! அசிங்கம் பண்ணிட்டிருப்பேன். அது என்னுமோ கண்ணுக்கு முன்னால தப்புன்னு பட்டிச்சின்னா என்னா தோணுதோ அதச் செஞ்சிப்புடுவேன். 'அப்பாறம் நெனச்சிப் பாக்கும்போது என்னாடா இப்பிடிப் பண்ணிட்டேமேன்னு தோணும். இந்தாலும் அக்கிரமத்தப் பாத்துக்கினு எப்பிடியா கீறது? ஆத்திரப்படக்கூடாது, பொறுமையா விசாரிச்சு, தப்புச் செஞ்சவங்களத் தண்டிக்கணும். அதாஞ்சரி! ஆனா என்னால தப்பப் பாத்துக்குனு சும்மா இருக்க முடியலயா! இப்படி மொரட்டுத்தனமாககீறது நல்லாலல்லதான். முடியிலியே என்னா பண்றது!'

'நீ எப்பிடிக் கீறயோ, அப்பிடியே இருயா? மாத்திக்காதே! உம்மாதிரியும் நாலு பேரு இருக்கணும்யா!'

14

'ஆயிரத்து ஐந்நூறுக்குக் கம்மியா முடியாதுங்க'

'என்னாம்மா! கொஞ்சங் கொறச்சிக்கிங்கம்மா!'

'இதப் பாருங்க நாங்க வாடகைக்கெல்லாம் வூடு வுட்றதில்ல. எங்க புள்ளங்க வரப்போக எடம் வேணும்னு இந்த வூட்ட வச்சினுகீறம். என்னுமோ நம்ம ஊரு பள்ளிக்கூடத்துக்கு வந்துக்கீறிங்க, பாத்தா நல்லவங்களா கீறிங்க! அதனால்தான் வூடு குடுக்கறம் தெரிதுங்களா?'

'சரிம்மா, சரிம்மா!'

சுந்தரேசனும், சிகாமணியும் தங்களுக்குள் சைகை செய்து கொண்டு -

'இங்க பாருங்கம்மா, ஒண்ணும் சொல்லக் கூடாது, ஒரே ஒரு அம்பதுருபா மட்டும் கொறச்சிக்குங்க ஆயிரத்து நானூறு வாங்கிக்கீங்க செரியா!'

மங்காவின் முகம் இந்த பதிலுக்கு ஒன்றும் சொல்ல முடியாமல் மாரியைப் பார்க்க அவளும் இவள் போலவே பார்க்க - இருவரும் சேர்ந்தாற்போல்,

'நாங்க சொன்னதே கொறவுதான் அதிலயும் கொறச்சிட்டிங்க! மத்தவங்களுக்குன்னா ஊடே கெடயாது வாத்தியாருங்க! - என்னா பண்றது?'

மங்காதான் சொன்னாள்

'நாளக்கே வந்துடுங்க. இன்னக்கி பெருக்கி கிருக்கி சுத்தப்படுத்தி வச்சிட்றோம்.'

'ரொம்ப நன்றிங்கம்மா! நாங்க வர்றோம்'

'அய்யோ, எதுக்குங்க அதெல்லாம் சொல்லணுமா? இந்த ஊர்ல எங்க ஊட்டத்தேடி வந்துக்கீறங்களே! அதாங்க பெருசு!'

15

அந்த ஊர் சற்றுப் பெரியவூர்தான் இரண்டொரு தேனீர்க் கடைகளோடு ஒன்றிரண்டு உணவுக் கடைகளும் கூட இருப்பதைக் கண்டுபிடித்து அதில் ஒரு கடையில் தொடர்ந்து சாப்பிட்டு வந்தார்கள். மாதக் கணக்கை கடைக்காரரே முன் வந்து ஏற்பாடு செய்தது ஒரு வகையில் இவர்களுக்குத் திருப்தியே! மாலை வேலைகளில் இருவரும் அருகில் இதைவிடப் பெரிய ஊர்வரை நடந்து செல்வதை வழக்கமாகக் கொண்டனர். ஒருநாள் அந்த ஊருக்குள்ளே சென்றுவரும்போதுதான் ஒரு நூலகம் இருப்பதைக் கண்டார்கள். உடனே உள்ளே சென்று இருவரும் கிளை நூலகரை அணுகி உறுப்பினர் ஆகிக் கொண்டார்கள். இப்போதே வேண்டுமானால்கூடப் புத்தகம் எடுத்துச் செல்லலாம் என நூலகர் கூறப் பழம் நழுவிப் பாலில் விழுந்ததுபோல் ஆகிவிட்டது சுந்தரேசனுக்கு. சிகாமணிக்கு நூல் வாசிப்பெல்லாம் அவ்வளவு ஆர்வம் இல்லையென்றாலும் பத்திரிக்கை வாசிக்காமல் இருக்க முடியாது அவனால், இங்கு ஏறக்குறைய எல்லாப் பத்திரிக்கைகளும் இருப்பதைப் பார்த்து முகம் மகிழ்ச்சியால் மலர்ந்தது. சுந்தரேசன் புத்தகத்தைத் தேட சிகாமணி பத்திரிக்கைகளைப் புரட்டத் தொடங்கினான். நீண்ட நாளாகத் தேடிக் கொண்டிருந்த 'நீலகண்டப் பறவையைத் தேடி'- நாவல் சில நிமிடத் தேடலிலேயே இவன் கண்ணுக்குத் தட்டுப்பட்டது. செய்தித்தாள்களைக் கண்டு முகம் மலர்ந்த சிகாமணியைக் காட்டிலும் உச்ச மலர்ச்சியைக் கொண்டது சுந்தரேசன் முகம்.

16

'சொல்லு நண்பா!'

'ஆமாமா! ஒவ்வொருத்தருக்கு ஒவ்வொரு மாதிரி அனுபவம். எல்லாந் தற்செயலா நடக்குறதுதான். சில சமயத்துல தற்செயலா நடக்குறது, நாம சொல்லி வச்ச மாதிரியேகூட அமஞ்சிருது பாரு! அதுதான் ஆச்சரியத்திலும் ஆச்சரியம். எது எப்படி இருந்தாலும் நாம தான் எதார்த்தமா இருக்கப் பழகிக்கணும்' -

'எதார்த்தம்னா எப்படி?'

'அதாவது எந்த மாதிரி பிரச்சனை வந்தாலும் நாம நெனக்கிறது கைகூடலன்னாலும் அல்லது நாம நெனக்கறதுக்குமேலே நடந்துட்டாலும் கூட நம்ம நிலையிலிருந்து மாறக்கூடாதுன்றேன்!'

'எப்படி? தாள முடியாத வறுமை, கடன் பிரச்சினை, இதுல நோய் வேற வாட்டும்போது மனுசன் எப்படி நீ சொல்ற மாதிரி நிலை குலையாம இருக்க முடியும்? தத்துவம்லாம் ஓரளவுக்கு வசதியாக இருக்கிற படிச்சவங்களுக்கு வேணும்னா எடுபடுமோ என்னவோ, வறுமையிலும், அறியாமையிலும் கிடந்து நார்நாராக் கிழிபடும் மக்கள்கிட்ட இதெல்லாம் எடுபடுமா?'

'பசிச்சவனுக்குச் சோறுதான் கடவுள். உங்க வேதாந்தம் எல்லாம் எடுபடாது சாமி? மூட்டைக்கட்டி பரண்மேல போட்டுட்டு, சோத்துக்கு வழியில்லாதவனப் பத்தி யோசி!'

'சமுதாயத்தில ஏற்றத்தாழ்வு இருக்கத்தான் செய்யும்? அதுக்கு நாம என்ன செய்ய முடியும்? நீ சொல்ற தத்துவம்லாம் இங்க எடுபடாது. எதுக்கெடுத்தாலும் வக்கணை பேசறாம்பாரு நம்மளப் போல நடுத்தர வர்க்கம் அங்கேயும் எடுபடாது!'

'பசிச்சவன்லாம் ஒண்ணா சேந்துட்டா?'

'ஹஹ்ஹா! பசிச்சவனும் சேரப் போறதில்ல, படிச்சவனும் சேர உடப் போறதில்ல! அவனத் தான் சாதி, மதம், சம்பிரதாயம், சடங்குன்னு அக்குவேற ஆணிவேறப் பிரிச்சி விசிறியிருக்கே! அவன் எங்க ஒண்ணு சேர்றது? நடக்கிற காரியமா இது?'

'அந்த அக்கு, ஆணிய எல்லாம் அது அது பொருந்தற மாதிரி அமைச்சா அதுக்கு ஒரு உருவம் கெடைக்குந்தானே! எல்லா சாதியிலும், எல்லா மதத்திலயும் இருக்கிறவன்லாம் மனுசந்தானே! மனுசனோட பிரச்சனை முன்னுக்கு வரும்போது இந்த சாதிமத திரையெல்லாம்

பின்னாடி போயிடும் இல்லையா? மனுசன அவனோட பிரச்சினைய முக்கியப்படுத்தும்போது அது முன்னுக்கு வரும்போது அதுக்கான பாதையும் கிடைச்சிடாதா?'

'இதெல்லாம் பேசறதுக்கு நல்லாருக்கும் நடைமுறைக்கு ஒத்து வருமா?'

'ஏன் வராதுன்னு சிந்திக்கலாமில்லே! எதையும் எதிர்மறையாவேப் பாத்தா எப்படி? நேர்மறையாவும் பாக்கணும்! இல்லையா?'

'அங்க பாரு அந்தப் பொண்ணு தட்டோடு வருது!'

அவள் இரு குவளைகளோடு தட்டை எடுத்துக் கொண்டு வாசற்படியில் நின்றாள்.

உள்ளே செல்வதா வேண்டாமா என்ற இவர்களின் தயக்கத்தை 'பரவால்ல வாம்மா!' என்ற சொற்கள் உடைக்கவே மெதுவாக காலை எடுத்து உள்ளே வைத்தாள்.

'அடடே என்னம்மா இது!'

'அம்மா குடுக்கச் சொன்னாங்க!'

என்று அவர்களின் முன்பாகத் தட்டை நீட்டினாள்.

ஆளுக்கொரு குவளையை எடுத்துக் கொண்டார்கள். எதற்கு என்ன என்று விசாரிப்பதற்குள் அவள் தட்டோடு மறைந்துவிட்டாள்.

ஆவி பறக்கும் காபியின் சுவையில் பேச்சு சற்று ஓய்வு எடுத்தது.

17

'யாருங்கம்மா வீட்ல!' - கதவை லேசாகத் தட்டி அழைக்க அந்த பெண் வந்து அம்மா, அத்தைல்லாம் கொல்லைக்குப் போயிருக்காங்க!' என்று தட்டுத் தடுமாறி உச்சரித்த அவள் மலங்க மலங்க விழித்தாள். பின் கொஞ்சம் சமநிலைக்கு வந்து - 'வாங்க வந்து உக்காருங்க!' - கதவை நன்றாகத் திறந்து கூறினாள்.

'இல்லீங்க! அவசரம், புறப்படணும், நேரமாயிடிச்சி இல்லையா!' - என்று சொல்லி அந்தக் குவளைகளைக் கீழே வைக்கப் போனான். அவள் 'பரவால்ல குடுங்க' என்று கைகளால் வாங்க அவளது விரல்கள் பூப்போல் உரச, நான்கு கண்களும் நேர்காணல் நிகழ்த்த

அவள் கைகளை இதமாக விடுவித்துக் கொள்ள அவன் திரும்பினான். சில அடிகள் சென்று திரும்பிப் பர்க்க அந்த கண்கள் இமைக்காமல் நேர் நோக்கப் பின்தாழ இவன் வழியிலும் அவள் வீட்டிலுமாகத் திரும்பலாயினர்.

18

‘வாம்மா, என்ன விசயம்?’

‘அம்மா இதக் குடுக்கச் சொன்னாங்க’

தட்டை சுந்தரேசன் பக்கத்தில் வைத்தாள்.

உடன் திரும்பியவளை ‘இங்க வாம்மா! நீ... நீங்க என்ன படிச்சிருக்கீங்க...’

அவள் தலையைக் குனிந்து கொண்டு தயக்கத்துடன் ‘எட்டாவது...’ என்றாள்.

‘எட்டாவது பாஸ் பண்ணிட்டீங்களா’

‘...ம் ஹு ஹும்...’ என்று தலையாட்டினாள். தலையையாட்டி விட்டுச் சென்று விட்டாள்.

சிறிது நேரங்கழித்துச் சில புத்தகங்களை எடுத்துக் கொண்டு வந்து காட்டினாள். இவன் தட்டிலிருந்த அதிரசங்களில் ஒன்றை எடுத்துப் பிட்டுப் பிட்டுத் தின்று கொண்டிருந்தான். நடுநிலைப்பள்ளி பட்டதாரி ஆசிரியரான சுந்தரேசன் அந்தப் புத்தகங்களை அருகில் வைக்குமாறு சைகையால் தெரிவித்தான். தயக்கத்துடனே புத்தகங்களை வைத்தாள். வாயிலிருந்த பலகாரத் துணுக்குகளை விழுங்கிவிட்டுக் குவளையை எடுத்து ஒரு முழுங்கு தண்ணீரைப் பருகிவிட்டு அழகாக அட்டைப் போடப்பட்டு முனை மடியாத புதிது போன்றே உள்ள அந்தப் புத்தகங்களை ஒவ்வொன்றாக எடுத்துப் புரட்டினாள்.

தெளிவான அச்சுப்போன்ற அழகான கையெழுத்தில் உள்ள பெயரைப் பார்த்து ‘பொன்மணியா உம்பேரு’

‘ஆம் என்பது போலத் தலையை ஆட்டினாள்’

ஏதோ அவள் பேச முற்படவும், அவளது அத்தை அங்கே வரவும் சரியாக இருந்தது. அத்தையைக் கண்டதும் சரேலென எழுந்தாள். புத்தகங்களைக் கூட எடுக்காமல் அவள் வெளியில் செல்லத்

தொடங்கினாள். சுந்தரேசன் எழுந்து வாங்கம்மா! என்றுகூற அவள் வாசற்படியிலேயே நின்று ஒரு சின்ன பெருமூச்சு விட்டு,

'இந்த புள்ளக்கிப் படிப்புன்னா அமுட்டு உசுருங்க நாங்கதான் அறிவுகெட்டதனமா அந்தப் புள்ளையப் பாதியில நிறுத்திப்புட்டம்...'

'ஏங்க நிறுத்திட்டீங்க! நல்லாப் படிக்கிறப் பொண்ணு மாதிரி தெரியுது. கையெழுத்தெல்லாங்கூட ரொம்ப அழகா இருக்கு!'

'அதையேங் கேக்கறீங்க தம்பி! எல்லாம் எங்க தலையெழுத்து. வர்றது உண்டான வளியிலயா தங்கும்? என்னென்னுமோ ஆயிப் போச்சி. படிச்சிந்தா மக எப்படி இந்துப்பா! நாங்கதாம் புத்தியில்லாம என்னென்னுமோ பண்ணிட்டம். எல்லாம் இப்பச்சொல்லி என்னா பண்றது? வர்றதப் பட்டுத்தானே தீரணும்! என்னுமோ, அவத் தலயெளுத்துப்படி ஆவுது வுடுங்கோ!'

சுந்தரேசனுக்கு ஒன்றும் விளங்கவில்லை. ஏதோ நடக்கக்கூடாத ஒன்று இந்தப் பெண்ணின் வாழ்வில் நடந்திருக்கிறது என்று மட்டும் புரிகிறது. அது என்னவென்று கேட்பது அவ்வளவு சரியல்ல என்று நினைத்து அவன் அது பற்றிய கருத்து எதுவும்சொல்லாமல் அவளது படிப்பு பற்றி மட்டும் அக்கறையோடு கூறினான்.

'இப்பகூட ஒண்ணும் ஆயிடல! இந்த வருசமே எட்டாவது பரீட்சை எளுதிடலாம். வீட்டிலேயே படிச்சாக்கூடப்போதும். பரீட்சை எளுதறதுக்கு நா ஏற்பாடு பண்ணிட்றேன். அவங்ககிட்டச் சொல்லிப் படிக்கச் சொல்லுங்க. தெரிஞ்சும் தெரியாததுக்கும் நாங்க ரண்டுபேரு இருக்கமில்ல! சொல்லிக் குடுக்கறம் அவங்கள எப்படியாவது சம்மதிக்க வச்சிப் படிக்கச் சொல்லுங்க!'

'அவ எப்பப்பாரு இந்தப் புஸ்தங்கள எடுத்துப் பாத்துகினேதாங்கீறா! ஆனா ரண்டு வருசத்துக்கு மேலே ஆச்சி இப்பப் போயி படிக்க முடியுமா?'

'அதுக்கென்னங்க! எப்ப வேணுன்னாலும் படிக்கலாம். அதெல்லாம் ஒண்ணும் பிரச்சின இல்ல. படிக்கிறாகளான்னு மட்டும் கேளுங்க! அவங்கள பாஸ் பண்ணவெக்கிறது எங்க பொறுப்பு'

தட்டில் உள்ள பலகாரங்களை பழைய செய்தித்தாள் காகிதத்தில் எடுத்து வைத்துவிட்டு தட்டைக் கொடுத்தான்.

'எப்படியாவது சொல்லிச் சம்மதிக்க வைங்கம்மா!'

அவள் தலையை உடன்பாடாக ஆட்டிவிட்டு 'எங்க அந்த தம்பியக் காணம்?'

அவுரு ஊருக்குப் போயிருக்காரு நாளக்கி வந்துருவாரு!

19

சுந்தரேசன் 'நீலகண்டப் பறவை'யில் மூழ்கிக் கொண்டிருந்தான்.

பொன்மணி 'உலகம் யாவையும் தாமுளவாக்கலும்' - கம்பரின் கடவுள் வாழ்த்துப் பாடலை பார்க்காமல் எழுதிக் கொண்டிருந்தாள்.

சிகாமணி சரசரவென உள்ளே வரவும் திரும்பிப் பார்த்த அவள். வெட்கத்தால் முகம் சிவக்கக் குனிந்து நின்றாள். தாளை சுந்தரேசன் அருகில் நகர்த்திவிட்டு சரேலெனச் சென்று விட்டாள்.

'என்னா மணி, உன்னப் பாத்ததும் அந்தப் பொண்ணு அம்பு மாதிரி சரேல்னு போயிடிச்சி!'

'அதான! உங்கிட்ட மட்டும் எப்படிப்பா பொம்பளப் பிள்ளங்க அப்படி ஒட்டிக்கிதுங்க. நா என்னா செஞ்சன், உள்ள வந்தேன், அது ஓடிடுச்சிப் பாரு'!

மீண்டும் வந்தவள் இவன் இருப்பதைப் பார்த்து பின்வாங்கினாள்.

'வா, பொன்மணி நம்ம ஆசிரியர்தான! என்ன பண்ணிடப் போறாரு, வா. பல வற்புறுத்தல்களின் பின் தயக்கம் கால்களில் பின்னப் பின்ன உள்ளே வந்தாள்.

'பாரும்மா, எல்லாம் நல்லா வருது. கணக்குல கொஞ்சம் கவனம் செலுத்தினா போதும் நல்ல மதிப்பெண்ணோடு நீ பாசாயிடுவே! நாளையிலிருந்து கணக்கு ஒருவாரத்துக்கு சரியா?'

சரி என்பது போல தலையை ஆட்டினாள்.

'இங்கிலீஷ் அப்படியே இருக்கே!'

'ஆமா இல்ல!'

'அத நாம்பாத்துக்கிறனே!' சிகா குறுக்கிட்டான்.

'கூடவே சமூக அறிவியலையும் கவனிச்சிக்கோயேன்!'

'கவனிச்சிக்கிட்டாப் போவுது!'

'இதப் பாஸ் பண்ணிடு! அடுத்த வருசமே பத்தாவது அதான் எஸ்எஸ்எல்சிய எழுதிடலாம். நீ ஒண்ணும் கவலைப்படாதே! இதே மாதிரி படிச்சேன்னு வச்சிக்கோ நீ நல்லா முன்னுக்கு வந்திடலாம்.

ஜெயிக்கணும் பொன்மணி, ஜெயிக்கணும்! ஜெயிச்சிக் காட்டணும்! நாம முன்னுக்கு வரணும்னு முதல்ல மனசுல வைராக்கியத்த வச்சிக்கணும். சரியா! படி! படி! படி பொன்மணி! நாளக்கிப் பாப்பம்'

20

பொன்மணி படிப்பில் காட்டும் ஆர்வத்தைக் கண்டு சிகாமணியும் சுந்தரேசனும் கொண்ட மகிழ்ச்சிக்கு அளவேயில்லை. அடுத்தடுத்து நடந்த எல்லாத் தேர்வுகளிலும் முதல் முறையிலேயே தேர்ச்சி பெற்று மதிப்பெண்களை அள்ளிக் கொண்டு வந்துவிட்டாள். பனிரண்டாம் வகுப்பிலும் நல்ல மதிப்பெண்கள் - அவளை ஆசிரியர் பயிற்சிக்கு அனுப்புமாறு அவர்கள் வீட்டாரிடம் சுந்தரேசனும் சிகாமணியும் வற்புறுத்தினார்கள். அவர்கள் முதலில் தயக்கம் காட்டினாலும் இவர்களின் தொடர்ந்த விவாதங்களின் பயன் அவர்களை ஒத்துக் கொள்ள வைத்துவிட்டது. ஒரு வழியாக விண்ணப்பமும் போட்டாகி விட்டது. இந்த நிலையில் திடீரென ஒருபுயல் மையங்கொள்ளத் தொடங்கியது. இவர்கள் பணியாற்றும் பள்ளி தலைமையாசிரியர் சாமிநாதன் பக்கத்து ஊர்க்காரரர். அவரைப் பற்றிப் பல விவரங்கள் இவர்களுக்கு ஏற்கனவே தெரியுமாதலால் அவரிடம் எச்சரிக்கையாகவே பழகி வந்தனர். பள்ளி வேலைகளில் எப்போதும் போல் சிரத்தையுடனும் ஆர்வத்துடனும் ஈடுபட்டே வந்தனர் என்றாலும் அவரைத் திருப்திப் படுத்துவது எப்படி என்பது தான் இவர்களுக்குப் பெரிய பிரச்சினையாகி விட்டது. 'முன்னே போனால் முட்டுவதும் பின்னே சென்றால் உதைப்பதுமாக இருந்தால் எப்படித்தான் நடந்து கொள்வது? பேசாமல் மாறுதல் வாங்கிக்கொண்டு சென்றுவிடலாம்' என்றான் சிகாமணி.

'மூட்டைப் பூச்சிக்குப் பயந்து கொண்டு வீட்டையெல்லாம் கொளுத்த முடியாது சிகா பள்ளிக்கூடத்தில நம்மை அவரால் ஒன்றும் செய்யமுடியாது. அவருக்கு முன்ன நாம போறோம். அவர் போனபிறகுதான் நாம வர்றோம். அப்படியிருக்கும்போது தாமதமா வந்ததாக வருகைப் பதிவில சிவப்பு மையில எழுத முடியுமா?'

'பாடம் நடத்துறதுல எந்தப் பிரச்சினையும் வர்றதுக்கு வழியில்லயே! அவரு வகுப்பயும் சேத்து நாமதான் பாத்துக்கிறோம். அதுல எப்படி நம்மள குறை சொல்ல முடியும்?'

'அதுக்கில்ல சுந்தர்! ஒரு நல்ல இணக்கமான சூழலே இல்லியே! வணக்கம் வச்சாக்கூட திருப்பி வைக்கிறதில்லன்னா எப்படி இருக்கும்? ஏதோ ஒரு நாளக்கித் தலையமட்டும் லேசா ஆட்டுனா போதுமா? ஏன் நல்லா கையை எடுத்து வணக்கம்னு சொன்னா என்ன ஆயிடும்? செரியான சுடு மூஞ்சியக் கொண்டு வந்து இந்த ஸ்கூலுக்குப் போட்டுக்கிறாங்க பாரு!'

'அவங்களாப் போடல! இவராத்தான் கேட்டு வாங்கிட்டு வந்துக்கிறாரு இங்கபாரு சிகா! நாம குடுக்கிற மரியாதய தலைமையாசிரியர் என்ற முறையில கொடுப்போம். நம்ம வேலைய எப்பவும் போல சரியாச் செஞ்சிடுவோம். அவரு என்ன மாமனா மச்சானா? அவரு நம்பகிட்ட பேசனா என்னா? பேசாட்டி போனா என்னா! நம்ப வேலையைப் பாத்துட்டு நாம இருக்க வேண்டியதுதான். அவரு நம்பள என்ன செஞ்சிட முடியும். ஒண்ணும் செய்யமுடியாது. பர்மிசனோ அதோ இதோ ஒண்ணுக்கும் அவர்கிட்டப் போக வேண்டியதில்ல. எவ்வளவு நாளைக்கி இப்படியே இருந்திட முடியும்? அவரும் மனுசந்தானே! பொறுத்துப் பாப்போம். அனாவசியமா அவருக்கிட்ட வெச்சிக்க வேண்டாம். போறோம், வணக்கம் வெக்கிறோம். கையெழுத்துப் போட்றோம் பிள்ளைங்களப் பாத்துக்கிறோம். மணியடிச்சா வந்திட்றோம். வேறென்ன பண்றது? இப்பக்கி இப்படியே ஓடட்டும். அப்பறம் பாத்துக்கலாம். என்ன நாஞ் சொல்றது சரிதானே!'

'சரி! சரி!' சிகா தலையாட்டினான். நேத்து புதுசா ஒரு டீச்சர் வந்து சேந்திச்சி! பாவம் இப்பதாம் வேலைக்கே சேந்துக்கீது. அந்தப் பொண்ணுகிட்ட இது நொள்ள, அது நொள்ள, அது எங்க இது எங்கன்னு டார்ச்சர்னா டார்ச்சர். பாவம், அது கண்ணல்லாம் கலங்கிடுச்சி! ஆர்டர் கொண்டாந்துருக்கு, சேத்துக்க வேண்டியதுதானே! அதுக்கப்பறம் மத்ததல்லாம் மெதுவாப் பாரேன். இன்னக்கே எல்லாம் நொட்டுணுமா? மேலதிகாரிங்கப் போட்டுருக்காங்க ஏஇஓ-வும் சைன் பண்ணித்தானே வந்திருக்கு.'

'அது இல்ல, இவுருக்கு வரல்லியாம்!'

'ஆமா நமக்கு உத்தரவு வராம எப்படிச் சேத்துக்க முடியும்?'

'எல்லாம் சேத்துக்கலாம். ஆர்டரை வாங்கி வச்சிக்கிட்டு ஜாயின் பண்ணிடலாம். தபால்ல வந்ததும் இந்த உத்திரவ அந்தப் பொண்ணுக்கிட்டக் குடுத்திடலாம். ஒண்ணும் தல போயிடாது. வேலக்கி வந்த பொண்ண விரட்டலாமா? கொணமா வரவேத்துச் சேத்துக்கோ நீ போயி ஏஇஓகிட்டச் சொல்லி வாங்கினு வா!'

'இந்தாளு, இப்படி நீட்டிக்கினே இருந்தாரா, தபால்ல இங்க வரவேண்டிய ஆர்டர் வந்திடிச்சி! அப்பறம் என்ன சேத்துத்தானே ஆவணும்!'

21

'கற்கக் கசடறக் கற்பவை கற்றபின்
நிற்க அதற்குத் தக'

கரும்பலகையில் அழகாக பளிச்செனத் தெரிந்தது குறள். பாடலின் கருத்தை அழகாக, எளிய சொற்களில் மாணவர்களின் புரிதலுக்கேற்றவாறு சொல்லிக் கதைபோல விவரித்து, எல்லாருடைய காதுகளிலும் நன்கு விழுமாறு நல்ல உச்சரிப்போடு வாசித்துக் காட்டினான் சிகா என்ற சிகாமணி ஆசிரியர்.

சிகாமணிக்கு இரண்டாம் வகுப்பும், ஐந்தாம் வகுப்பும், ஐந்தாம் வகுப்பில் கணிதமும் ஏழாம் வகுப்பும் சுந்தரேசனுக்கு. தலைமையாசிரியர் முதல் வகுப்பையும் மூன்றாம் வகுப்பையும் ஐந்தாம் வகுப்பில் சமூக அறிவியலும் எடுத்துக் கொண்டார். புதிதாக வந்த ஆசிரியருக்கு எட்டாம் வகுப்பில் ஆங்கிலம் தர வேண்டும். இன்னும் சில பாடப் பிரிவுகளையும் பிரித்துத் தரவேண்டியிருப்பதால் தலைமையாசிரியர் வரச் சொல்லியதாக ஒரு மாணவன் வந்து சிகாமணியிடம் கூறினான். ஆசிரியரும் மாணவர்களும் தங்களை மறந்து குறளில் லயித்து இருந்தனர். மாணவன் வந்து அழைத்ததால் பாடம் தடைப்பட்டது. உடனே போவதா, பாடத்தை முடித்துவிட்டுச் செல்வதா? ஒரு சிறு தயக்கம். அவருடன் உறவு சுமூகமாக இல்லை, நாம் உடனே செல்வதுதான் சரியென்று எழுந்து 'இங்க பாருங்கப்பா, இந்தக் குறளை எல்லாரும் பாத்து ஒருமுறை எழுதிடுங்க. எழுதிட்ட பிறகு, கோபு! வரிசையாக ஒவ்வொருத்தரா படிக்கச் சொல்லு நா, தலைமையாசிரியரைப் பாத்துட்டு வரேன் செரியா!'

ஆசிரியர் எழுந்ததும் எல்லோரும் எழுந்துநின்று, 'வணக்கம் அய்யா' என்றனர். 'சரி சரி எல்லாரும் அமைதியா ஒக்காருங்க, கோபு! பாத்துக்க!'

தலைமையாசிரியர் அறையில் சுந்தரேசன், புதிதாக வந்த ஆசிரியை அமர்ந்திருந்தனர். சுந்தரேசனுக்கு அருகில் உள்ள நாற்காலியில் வந்து உட்கார்ந்தான் சிகா. 'பையனை அனுப்பினேனே வந்து சொன்னானா?'

'சொன்னாங்க அய்யா!'

‘அவன அனுப்பி எவ்வளவு நேரம் ஆகுது! இப்பதாம் வர்றதா? எவ்வளவு நேரமா காத்துட்டிருக்கிறது சொல்லுங்க!’

‘பாடம் நடத்திக்கிட்டிருந்தேன். அவன் சொன்னவுடனே வந்திட்டுதானே இருக்கிறேன் நேரம் ஒண்ணும் ஆகலிங்களே!’

‘நானும் பாத்துக்கிட்டுதான் வர்றேன். தலைமையாசிரியர்னு ஒரு ஆள் இருக்கிறதாவே யாரும் நினைக்கலபோலதான் இருக்கு. ஒரு பள்ளி நிர்வாகம்னா நாம எல்லோரும் ஒண்ணா இருந்தா தானே! எனக்கு மட்டுமில்ல எல்லாருக்கும் அந்த அக்கறை இருக்கணுமில்ல! சொல்லுங்க! சுந்தரேசன், உங்ககூடதான இருக்காரு சொல்றதில்லிங்களா?’

சுந்தரேசன் தலையை உயர்த்தி நேருக்கு நேராய்ப் பார்த்தானே ஒழிய எந்த வார்த்தையும் சொல்லவில்லை. பார்வையிலேயே சுந்தரேசனின் பதிலைத் தெரிந்து கொண்டாரோ என்னவோ, ‘சரி! சரி! இனிமேலாவது கொஞ்சம் ஒத்துழைங்க. என்ன பண்றது? எல்லாம் நானே பாக்க வேண்டியதாக்கீது நான்தானே பதில் சொல்லணும்? உங்களையா கேப்பாங்க!’

‘சார், கூட்டம் எதுக்குன்னு சொல்லலீங்களே!’

‘ஏம்மா, இன்னிக்கிதான் வந்தே! அதுக்குள்ள இவ்வளவு பேசறியே!’

‘என்னங்க சார், கூட்டம் எதுக்குன்னு தானே கேட்டன் அது தப்புங்களா?’

‘எம்மா சீனியர்ஸ் பாரு கம்முணுகீறாங்க. நீ வந்து கேள்வி கேக்கற!’

‘அதாங்கூட்டி யிருக்கமில்ல. சொல்லத்தானே போறோம். ரொம்ப அவசரம் வேணாம்மா, நிதானம்தான் முக்கியம், தெரிதா!’

நாம் என்ன சொல்லிட்டோம் இவரு இப்படிக் கோவிச்சிக்கிறாரு புரியாமல் விழித்தாள் புது ஆசிரியை.

‘ஒண்ணும் மூணும் சுமதி எடுத்துக்கட்டும். கூடவே 6,7,8 ஆங்கிலம் எடுத்துக்கிடட்டும். ரண்டும் அஞ்சும் சுந்தரேசன் அஞ்சாவதில கணக்கு, ஏற்கனவே 6,8 கணக்கப் பாக்கட்டும். தமிழ் - சிகாமணிக்கு கூட நாலாவதையும் பாத்துக்கட்டும். எனக்கு ஐந்தாம் வகுப்புக் கணக்கு இருக்கட்டும். கூட எழுத்துவேல வேற இருக்கு. அலுவலகத்துக்கு அடிக்கடி போய்வர்றதால, பேருக்கு எனக்கு இருக்கட்டும். நீங்களே பாத்துக்குங்க. நானும் அப்பப்ப பாத்துக்கறேன். நோட்ஸ் ஆப் லெசன்

வாராவாரம் திங்கக்கிழமை காலையில என் மேசைக்கு வர்ற மாறிப் பாத்துக்குங்க. என்னமா சுமதி, தெரிஞ்சும் தெரியாததுக்கு வந்து கேட்டுக்குங்க. நேரத்துக்கு, மொத மணி அடிக்கா முன்னமே வந்துடணும் தெரியுதா? அடிக்கடி அனுமதி கேக்கக் கூடாது. விடுப்புக்கூட தேவையில்லாம எடுக்கக் கூடாது. சரி நீங்க போலாம். சுந்தரேசன் நான் ஏஇஓ ஆபீஸ் வரை போய்வரணும். எழுதி வச்சிட்டுப் போறன் பாத்துக்குங்க.'

22

ஆட்டமும், பாட்டமும் பேச்சும் சிரிப்புமாய் பறவைகளின் குதூகலிப்பாய் சிறுவர்கள் சிறுமிகளின் கலகலப்பால் பள்ளி உயிர்பெற்று இயங்கத் தொடங்கியது. ஐந்தாம் வகுப்பு ஆசிரியர் வரவில்லை. கூச்சல் பக்கத்து வகுப்புகளுக்குள் நுழைந்து பாதிப்பு தந்து கொண்டிருந்தது. தலைமையாசிரியர் கையில் பிரம்புடன் உள்ளே நுழையவும் பிள்ளைகள் எழுந்து நின்று முந்தைய சத்தத்தைவிட பலமாக வணக்கம் அய்யா என்று எழுந்து நின்று கூவினர். ‘எல்லாரும் உட்காருங்க’, ‘சிட் டவுன்’ - சத்தம் போன வழி தெரியவில்லை. ‘இங்க பாருங்க! இப்படி கூச்சல் போட்டா பக்கத்து வகுப்ப எப்படி நடத்துறது? லீடர்! ஒழுங்கா கவனிச்சுக்க! சத்தம் போடறவங்க பேரை எழுதி எங்ககிட்ட கொண்டா! நா வர்ற வரைக்கும் யாரும் பேசக் கூடாது. நா ஒரு கணக்கக் குடுக்கறன். அதக் கரும்பலகையில எழுதிட்டுப் போறேன். அதை எல்லாரும் செஞ்சு வையுங்க. அப்புறமா நா வந்து ஒவ்வொருத்தரா பாக்குறன். செரியா?’

தலைமையாசிரியர் எழுந்ததும் வணக்கம் அய்யா! கூரையை முட்டியது. ‘டே, மோகன்! இங்க வா!’

நொடியில் நிழல் போல் ஒட்டிக் கொண்டு பின் தொடர்ந்தான். வகுப்பை விட்டு வெளியே வந்ததும், ‘இங்க பாரு எனக்கு மட்டுந் தான் பாக்கும்போதெல்லாம் வணக்கம் வைக்கணும் தெரியுதா? மத்த ஆசிரியருக்கு எல்லாம் அவங்கவங்க வகுப்புக்கு வரும்போது மட்டும் வச்சாப்போதும்’

‘அய்யா, செரிங்கய்யா!’

‘நல்லா கேட்டுக்க, வாத்தியாருங்க வகுப்புக்குள்ளாற வரும் போது மட்டும் வணக்கம் சொன்னாப் போதும். தனிப்பட்ட முறையில

யாருக்கும் வேணாம். பசங்களுக்கெல்லாம் தனித்தனியா சொல்லிடு! நான் சொன்னதா யாருகிட்டேயும் சொல்ல வேணா!'

'ஏங்கய்யா!'

'இதெல்லாம் கேக்கக்கூடாது. பெரியய்யாவுக்கு மட்டும் வச்சா போதும். பெரியய்யா சொன்னா பதில் சொல்லக்கூடாது. நாந்தான் சொன்னேன்னு யாருக்கிட்டயும் சொல்லிடாதே! தெரிஞ்சிச்சி, தொலைச்சிப்புடுவேன்! போ!'

சுமதி டீச்சர் எதிரில் வரவும் பேச்சு தடைப்பட்டது.

'டே, மோகன்! அந்த ஆறு, ஏழு, எட்டாம் வகுப்பு லீடருங்கள ஆபீசுக்கு வரச்சொல்லு!'

23

'சிகாவும் சுந்தரேசனும் வழக்கம்போலவே பள்ளி துவங்குவதற்கு அரைமணிக்கு முன்னரே வந்துவிட்டனர். மாணவர்கள் தங்களது வகுப்புகளைச் சுத்தம் செய்துகொண்டிருந்தனர். இருவரும் ஒவ்வொரு வகுப்பாய்ச் சென்று பார்வையிட்டனர். சிகாமணி நான்காம் வகுப்பைப் பார்த்துவிட்டு வெளியே வரவும் ஒரு மாணவன் அவரை நோக்கி ஓடிவரவும் சரியாய் இருந்தது.'

'மெதுவா வாடா! எதுக்கு இப்படி தலைதெறிக்க ஓடிவர்ற! கீழ எது வுழுந்திடப் போற'

மேல் மூச்சு, கீழ்மூச்சு வாங்க வந்து நின்றான் மோகன்.

'அய்யா பெரிய்யாங்க!' மூச்சு வாங்கியதால் வாக்கியம் முழுமை பெறவில்லை.

'இருடா, மெதுவா, மெதுவா சொல்லு.' ஆதரவாக அவன் தோள்மீது கைபோட்டவாறே அருகில் உள்ள வேப்ப மரத்தடிக்கு அழைத்துச் சென்றான் சிகா.

'அய்யா, அய்யா, வந்துங்கய்யா! - மலங்க மலங்க விழித்து அங்குமிங்கும் பார்த்தான். வார்த்தைகள் தொண்டைக்குள் மாட்டிக் கொண்டது போல் தவித்தான். அவற்றை எப்படியும் வெளியில் கொண்டு வந்துவிடவேண்டுமென்ற அவனது முயற்சியை அவனது முகபாவம் உணர்த்தியது.'

‘என்னாடா மோகன்! உங்க அய்யாகிட்ட ரகசியம்?’ சுந்தரேசனைக் கண்டதும் ஓடிவந்து கைவிரல்களைப் பற்றினான். இருவரோடும் பிள்ளைகள் ஒட்டிக் கொள்வார்கள். சுந்தரேசனிடம் மட்டும் கையைப் பிடித்துக் கொண்டுதான் பேசுவார்கள். இருவரும் ஆளுக்கொரு தோள்மீது கைகளை ஆதரவாக வைத்து

‘பதட்டப்படாத! மெதுவா நிறுத்திச் சொல்லு!

‘என்னடா பிரச்சினை?’

‘ஒண்ணும் இல்லங்கய்யா வந்துங்கய்யா!

நம்ம பெரியய்யாங்கய்யா!...’

‘சொல்லு, சொல்லு பெரியய்யாவுக்கு என்னா?’

‘அவருதாங்கய்யா!’

‘அவருக்குத்தான் என்ன வந்திச்சி!’

‘அய்யா அவுருங்கய்யா!’

சொல்றா!

‘அவுரு ரொம்ப மோசங்கய்யா!’

‘டே, அப்படியல்லாம் சொல்லக் கூடாதுடா! எந்த அய்யாவுங்களைப் பத்தியும் நல்லாத்தான் சொல்லணும் தெரியுதா?’

‘இரு சிகா! அவன் என்னமோ சொல்ல வர்றான். அத முழுசாத் தெரிஞ்சிக்கலாம் அதுக்குள்ள அவன அடக்காத.’

‘நீ சொல்லு மோகன்! பெரியய்யா பத்தி தானே சொல்ல வந்த! மெதுவா நிறுத்தி நிதானமா சொல்லு.’

அவன் மேவாயை விரலால் ஆதுரமாக உயர்த்தி கைகளால் முகத்தைத் தடவி ‘சொல்லு மோகன்!’

‘அய்யா, பெரியய்யாங்கய்யா! அவுருக்கு மட்டுந்தான் வணக்கம் வைக்கணுமாம், மத்த ஆசிரியருக்கல்லாம் வைக்கக் கூடாதாம். அப்பிடிச் சொல்றாங்கய்யா! ஏங்கய்யா வைக்கக் கூடாதா?’

‘அப்பிடியா! வுட்றா! அவரு என்னமோ சொல்லிப் போறாரு! டே, டே! ஒண்ணு செய்யறீங்களா?’

'சொல்லுங்கய்யா! எங்களுக்கு யாருக்கும் வணக்கம் வேணா! என்னா பண்றீங்க, அவரு எங்க போறாரோ அங்கல்லாம் போயி, அய்யா வணக்கம்! அய்யா வணக்கம்! வணக்கமய்யா! வணக்கமய்யா!ன்னு எங்க பாத்தாலும் சும்மா சொல்லிக்கினே இருக்கணும். இதச் சிரிக்காம பணிவா சொல்லணும் தெரிதா? எல்லாப் பிள்ளைங்களுக்கும் சொல்லி சும்மா எங்க பாத்தாலும் வணக்கம் வணக்கம்னு சொல்லிக்கிணே இருங்க செரியா! நாங்கதாம் வைக்கச் சொன்னோம்னு சொல்லக் கூடாது! வேற ஒண்ணும் வேணா! நீங்களே விரும்பிச் சொல்றமாதிரி தான் இருக்கணும். நாங்கதாம் சொல்லிக் குடுத்தோம் அப்பிடீன்னு அவருக்கிட்டச் சொல்லக்கூடாது! மத்தவங்ககிட்டயும் சொல்லக் கூடாது.'

'போடா, இப்ப வந்துடுவாரு பெரிய்யா! கேட்டுகிட்டயே போயிடு! பத்துப்பசங்களயும் சேத்துக்கோ! சும்மா வணக்கம் பள்ளிக்கூடத்தை தூக்கணும் தெரிதா!'

'செரிங்கய்யா!'

'டே, ஜாக்கிரத! நாங்க சொல்லிக் குடுத்தோம்னு மட்டும் சொல்லிடாத, என்னா?'

'நா எதுக்குங்கய்யா அதல்லாம் சொல்லிக்கினு? சத்தியமா சொல்லமாட்டங்கய்யா!'

'சரி போ, ஞாபகம் இருக்கட்டும்!'

'எதுக்கு சுந்தர்? பசங்ககிட்ட போயி இந்த மாதிரியெல்லாம் சொல்லிக்கிட்டு, நல்லாவாருக்கு?'

'இல்ல சிகா! இந்த மாதிரி ஆளுங்களுக்கு இப்படிதான் செய்யணும்'.

'நாமதான் சொல்லிக் குடுத்தோம்னு தெரிஞ்சிட்டா!'

'தெரியட்டுமே! நீங்க சொன்னதத்தான் நாங்களும் வலியுறுத்தினோம்னு சொல்லுவோம்! அப்புறம் அவரு என்ன சொல்ல முடியும்? இதயெல்லாம் சும்மா விடக்கூடாது. பசங்களுக்கே பிடிக்காமதான் நம்மகிட்ட வந்து சொல்லுதுங்க! நீ ஒண்ணும் அலட்டிக்காத சிகா! அந்தாளு என்னா செஞ்சிடுவாரு. அவருதான் தப்புமேல தப்பா செஞ்சிக்கிட்டு வர்றாரு! அவருக்குத்தான் சிக்கல்! நமக்கு ஒண்ணுமில்ல!'

'பாரு எப்படியும் நம்மகிட்டே வசமா மாட்டத்தான் போறாரு!'

'நாம நம்ம வேலையில ஒண்ணும் பழுதில்லாம பாத்துக்கிறமில்ல! அப்புறம் எதுக்கு வீணா அலட்டிக்கணும்?'

'அய்யா வணக்கம்!' - தலைமையாசிரியர் மகிழ்ச்சி நிறைந்த முகத்துடன் ஏற்றுக்கொண்டார். இன்னொரு வணக்கம், மகிழ்ச்சி கூடிற்று. மற்றொரு வணக்கம் மகிழ்ச்சி பெருக்கெடுத்தது. மீண்டும் பல பல வணக்கங்கள். தலைமையாசிரியர் ஒரு சுற்றுப் பருத்தது போல் திளைத்துப்போனார். அவரைக் கடந்து சென்ற சிகாமணியைப் பார்த்து கண்களில் பெருமிதம் மின்ன ஒருவித ஏளனத்தோடு கம்பீரத்தை நிலை நிறுத்தினார். சிகாமணியும் புன்னகை மின்ன அவருக்கு வணக்கத்தைச் செலுத்திவிட்டே கடந்தான். இந்தக் கோலாகலக் காட்சியை காண சுந்தரேசன் சற்றுதூரத்திலேயே நின்று நிதானமாக ரசித்தான். சுந்தரேசனைத் தற்செயலாகப் பார்ப்பதுபோல் லேசாகத் திரும்பித் தனது ஆளுமையின் பேருருவத்தைப் புலப்படுத்துவதுபோல விழி விளிம்பில் கசியவிட்டார். சுந்தரேசனோ அப்பாவிபோல் முகத்தை வைத்துக் கொண்டு, தான் இரண்டாவது, மூன்றாவது நபராகி விட்டதைப் போல், ஒரு சாதாரண எளிய பொருள்போலத் தன்னைக் காட்டிக் கொண்டான். பெருமகிழ்வின் கனம் தாங்காமல் மெல்ல அசைந்து மாணவர்களை விலக்கிக் கொண்டு சற்றே கடந்தார். ஒரு பத்தடி சென்றிருப்பார், பத்து மாணவர்கள் வந்து 'அய்யா வணக்கம், அய்யா வணக்கம்! வணக்கம் அய்யா!' என்று மாற்றி மாற்றி வணக்கங்களால் குளிப்பாட்டினர்.

என்னைப் பார்! என் முன்னால் நீயெல்லாம் ஒரு ஆளா, என்பது போல முகபாவனையாலேயே சுந்தரேசனுக்கு மொழிபெயர்த்துவிட்டு அலுவலகம் நோக்கித் திரும்ப, சில மாணவர்கள் ஓடி வந்து, 'அய்யா வணக்கம்' என்றனர். பதிலுக்கு வணக்கம் வைப்பதற்குள் மேலும் பலபல வணக்கங்களால் திண்டாடிப் போனார் தலைமையாசிரியர் சாமிநாதன். வணக்கங்களின் நெருக்குதலால் மூச்சுகூட வாங்க முடியாமல் தவித்த தலைமையாசிரியர், 'சரி எல்லாம் வகுப்புக்கு போங்க! போங்க! சுமதி! அவங்கள அவங்கவங்க வகுப்புக்குப்போக வையுங்க!'

'சரிங்க சார்!'

இரு மாணவர்கள் வகுப்புவரை வந்துவிட்டு என்ன நினைத்தார்களோ அடித்த பந்து திரும்பி வருவதுபோல் ஓடிவந்து 'அய்யா வணக்கம்' சொல்லி விட்டுச் சென்றனர். சுமதிக்கு ஆச்சரியம்! என்ன இன்றைக்கு இப்படியொரு மாற்றம்! புரியவில்லையே! நினைத்தவாறே மாணவர்களை வகுப்பில் அமரச் செய்ய முற்பட்டாள்.

24

‘வாழ்க்கை அதுபாட்டுக்கு ஓடிக்கிட்டுதான் இருக்கு. நாமதான் அதன் போக்கைப் புரியாம சிக்கல் சிக்கல்னு சலிச்சிக்கிறோம். நெனச்சிப் பாத்தா அர்த்தம் எதுவும் புலப்பட்ற மாதிரி தெரியல. ஆனா எத்தனை எத்தனை அனுபவம்! எத்தனை எத்தனை பிரச்சினை? பிரச்சினையே இல்லன்னா வாழ்க்கையே அர்த்தமில்லாமப் போயிடுமோ?’

‘வீண் பொழுது போக்கறதே சிலருக்கு வாழ்க்கையா போயிடுது. நேரம் பத்தாம சிலருக்கு வாழ்க்கையா அமைஞ்சிடுது. நாம நெனைக்கிறது ஒன்னு, நடக்கிறது வேற ஒண்ணா ஆயிடுதே! அதுதான் வாழ்க்கையா?’

‘ஒவ்வொருத்தருக்கும் அவங்கவங்க நினைக்கிற மாதிரியே நடந்திடுமா என்ன? அது சாத்தியம்தானா? நேத்து கடைத்தெருவுல ஒரு இளம் தம்பதியர் பாக்கவே சகிக்கல! அவ்வளவு குரூபி! இதுல நெருப்பு மேலே தண்ணி ஊத்தன மாதிரி அட்டக்கருப்பு வேற!’

‘குரூபின்றது எதை வச்சிச் சொல்ல முடியும்? அதக்கூட சரின்னு ஏத்துக்கலாம். கருப்பு எப்படி அழகில்லாமப் போயிடும். நம்ம மனசில கருப்புன்னா அசிங்கம், கருப்புன்னா அழுக்கு, கருப்புன்னா இழிவு, கருப்புன்னா தூய்மையற்றதுன்ற மூடநம்பிக்கை ஆழமா பதிஞ்சிப் போச்சி அதனால்தான் கருப்ப அழகில்ல அசிங்கம்ன்னு முடிவுக்கு வர்றோம், இது சரிதானா? முற்போக்கா எவ்வளவோ பேசிப்புட்டு இப்படி’ ஒரு வார்த்தை நெருடலா இல்ல?’

‘சாரி! சாரி! பொதுப்புத்தியில இப்படி ஒரு கருத்து இருக்கில்ல! அது எங்கிட்டேயும் படிஞ்சிருக்கு போல, சரி அதை விட்டுடுவோம். அந்த ஜோடிப் பொருத்தம் நல்லா இல்லங்கற வாதத்துக்குத்தான் அப்படிச் சொல்ல வேண்டி வந்தது. திருத்திக்கிறேன். அப்படி அழகில சமமில்லைன்னாலும் அந்தப் பொண்ணு அவங்கிட்ட காட்ற அக்கறை அன்பு நெருக்கம் அளவு கடந்து இருக்கிறதத்தான் சொல்ல வந்தேன். வாழ்க்கையில இருக்கிற முரண்பாட்டை விளக்குறதுக்குத்தான் இதச் சொல்ல வேண்டி வந்தது. இருந்தாலும் நீ சொல்றதை நூத்துக்கு நூறு அப்படியே ஒத்துக்கிறேன். விவாதிச்சாதான் நம்மளகூட நாம சரியாப் புரிஞ்சிக்க முடியுது இல்லியா?’

‘ஆமா சுந்தர்! சரி, நீ வந்த விசயத்தையே சொல்லலியே! நானும் உன்னோட தத்துவ பிரசங்கத்துல மூழ்கிட்டேன். உட்கார்ந்தே பேசலாமே!’

'உட்கார நேரமில்ல!'

'அப்ப முக்கியமான விசயம் ஒண்ணும் இல்லியே!'

'கண்ணா முக்கியம்னு பாத்தா முக்கியம்தான். இல்ல இதெல்லாம் சகஜம்தானேன்னு நெனச்சா ஒண்ணும் பெரிய விசயம் இல்லதான்! ஒருத்தருக்கு முக்கியம்னா அதே மத்தவங்களுக்குச் சாதாரணமா தெரியும். எல்லாம் அவங்கவங்க எடுத்துக்கிறதப் பொறுத்து இருக்கு'.

'அவங்கவங்க எடுத்துக்கறது மட்டுமல்ல அவங்கவங்களுக்கு ஏற்படறதப் பொறுத்தும் இருக்கலாமில்லியா?'

'ஒரு டீ சாப்ட்டுகிட்டே பேசுவோமே! எனக்கும் வெளியில போயிட்டு வந்தா பரவால்லன்னு தோணிச்சி! சரி வா!'

'சரி என்ன விசயமா வந்த! சொல்லு சொல்லலன்னா தலை வெடிச்சிடும்!'

'தல வெடிக்கிற மாதிரி ஒண்ணும் இல்ல. ஊர்லருந்து எங்க மச்சான் வர்றாப்பிடி! கையில் கொஞ்சம் கட்டை. ஒரு ஆயிரம் கைமாத்தா வேணும்'.

'அதுக்கென்ன, இந்தா பிடி'

'எனக்கும் காலைல வரை இதாம் பிரச்சனை கைல காசு இல்லன்னா ஒண்ணும் ஓடாது. பித்து பிடிச்ச மாதிரி இருக்கும். அதுமட்டுமில்ல ரொம்ப அவசரம் வேற! என்னடா செய்யறதுன்னு பாத்தா, நண்பருக்கு நண்பர் மாதிரி, சகோதரருக்குச் சகோதரர் மாதிரி, உனக்குத் தெரிஞ்சவர்தான் பொதுப் பணித்துறையில ஏஇயா இருக்காரே முத்துசாமி, அவர்கிட்ட தான் போனேன். ரண்டாயிரம் கேட்டேன். ஐயாயிரமா குடுத்துட்டார் பாரேன்! வாழ்க்கையில எப்பிடி எப்படியெல்லாம் நடக்குது பாரு!'

'ஆரம்பிச்சிட்டியா சாமி! ஆயிரம் போதும் உன் தத்துவம்லாம் வேணாசாமி!'

'அப்பபடியில்ல எல்லாருக்கும் பிரச்சனை இருக்கு! பிரச்சினை இல்லாத ஆளு யாரு! என்னா ஒவ்வொருத்தருக்கும் ஒவ்வொரு மாதிரிதானே தவிர பிரச்சினைன்றது எல்லாருக்கும் இருக்கு!'

'எனக்குப்பாரு கண்ணா சுத்தமா ஒரு பைசாகூட இல்லாம இருக்கும். என்னடா இப்படி ஆயிடிச்சேன்னு நினைப்பேன். திடீன்னு ஒரு போன் வரும்! ஐயா நாளைக்கு மாலை 3 மணிக்கு நம்ம பள்ளியில ஒரு இலக்கியமன்ற நிகழ்ச்சி நீங்கதான் தொடங்கி வைக்கணும்

வரமுடியுமா?' அப்படின்னு கேப்பாங்க! நா ரொம்ப பிகுவா நாளக்கிக் கூட்டம்னா இன்னிக்குதான் சொல்வீங்களா? எனக்கு வேற வேல இருக்காதா? முன்கூட்டியே கேட்கக் கூடாதா? அப்பிடி இப்படின்னு சொல்வேன். அவங்க என்னா சொல்வாங்கன்னா, நீங்கதான் அவசியம் வரணும்னு எதிர்பார்க்கிறோம். அப்படி முடியலன்னா வேற யாருடைய எண்ண வேணாகுடுங்க, நாங்க பாத்துக்கறோம்பாங்க!' இது என்னடா கைக்கு எட்னது வாய்க்கு எட்டாம போயிடுமோன்னு சமாளிச்சி, இனிமே முன்கூட்டியே தகவல் தந்திடுங்க, இந்த முறை உங்களுக்காக நான் வந்திடுறேன்னு சொல்லி வச்சிடுவேன் போனா ஒரு ஆயிரம் பழுத்திடும்.'

'உன் சொந்த அனுபவத்தையே பொது அனுபவமா மாத்தற பாரு அதுதான் உன்னோட சாமார்த்தியம்'

'அனுபவம்னும் சொல்லலாம்தான். ஒவ்வொருத்தருக்கும் பிரச்சனைகள் எல்லாமே சங்கிலித் தொடரா இணைக்கப்பட்டிருக்கிறதப் பாக்கணும். அப்பத்தான் இது பொதுப்பிரச்சினையினோட கண்ணிக்கள்னு புரிய வரும். தனிப் பிரச்சினைகளாப் பாக்காம அதை இணைச்சி நோக்கும்போது இந்தப் பிரச்சினைகளுக்கெல்லாம் பின்னால இருக்கிற காரணத்தக் கண்டறியணும். அதக் கண்டுபிடிச்சா அதைக் களையற வழியும் புலப்படும். தனி மனிதர்களின் தனித்தனி பிரச்சினைகளின் மூலம் சமுதாயம் அனைத்தின் பிரச்சினைதான் என்ற வேரைக் கண்டறிந்து கொண்டோமானால் அந்த வேருக்கு வெந்நீர் ஊற்றும் வழியையும் நம்மால் கண்டுவிட முடியுந்தானே!'

'எப்பா, தல சுத்துது இன்னொரு தேநீர் சாப்பிட்டாதான் சரிவரும் போல இருக்கு'

'சாப்ட வேண்டாம் குடிச்சே பாப்போம் சரியா! 'பிழை திருத்தம் வேறயா? சரிதான்'

'அது என்னவோ தெரியல இந்த மாசம் மாதிரி பணமுடை எப்பவுமே வந்ததில்ல எப்பவுமே ஒரு அஞ்சி பத்துன்னு வச்சிக்கிட்டே இருப்பேன். இப்ப என்னடான்னா சுத்தமா ஒண்ணுமே இல்ல போ!'

'போன வாரக் கதையைச் சொல்றேங்கேளு.' வெள்ளிக்கிழமை மூணு மணிக்கு நம்ம கண்ணுசாமி வாத்தியாரு அலைபேசியில கூப்பிட்டாரு. என்னங்கய்யா, அவசரமான்னு கேட்டேன். ஆமா அவசரந்தான் வந்துட்டுப் போன்ணாரு. ஒடம்பு செரியில்லாத மனுசன் கூப்பிடறாருன்னு உடனே போனேன். அவரு ரொம்ப சாதாரணமா,

'ஏம்பா இந்த கரண்டு பில்லு பாரு எவ்வளவு போட்ருக்கான்! எப்பவுமே ஒரு எரநூறு இல்லன்னா எரநூத்தம்பது முன்னூறுக்குள்ளதான் வரும். இப்பப்பாரு ஆயிரத்து எண்ணூத்தம்பது போட்ருக்கான். இன்னொரு பில்லு பாரு எரநூத்தம்பது! இது பரவால்ல! இந்தா, இதுல ரண்டாயிரத்து நூறு கீதுபாரு சரியா! இதக் கட்டிடு! அவங்கிட்ட ஏன் இவ்வளவு அதிகமாக வந்திருக்குன்னு விவரமா விசாரிச்சிட்டு வான்னாரு!'

'மின்கட்டணம் கட்டறத்துக்கெல்லாம்கூட உன்னைக் கூப்பிடணுமா?'

'அப்படியில்ல அவரு நமக்கு ரொம்ப நெருக்கமானவரும். வயசிலயும் பெரியவரு வேலை சொல்றதிலயும் தப்பில்ல! நிலமை என்னன்னா, அவருக்கு ஒடம்பு ரொம்ப முடியாது போயி சேலம் கோகுலம் போயி பதினைஞ்சி நாளுக்கு மேலே இருந்துட்டு வந்திருக்காரு! கடையெல்லாம்கூட மூடிட்டாரு! இப்ப வீட்டோடதான் இருக்காரு. வேற ஆளும் இல்லயா! அதான் கூப்பிட்டிருக்காரு! பரவால்ல அதனாலென்னா? அப்புறம் மின்சார அலுவலகத்துக்குப்போனா, சார் இன்னும் கம்யூட்டர்ல ஏத்தல! ஒரு ரண்டு நா கழிச்சி வாங்க பாப்பம்! அடுத்தமாசம் ஏழாந்தேதி வரிக்கும் கட்டலாமே. மெஸ்ஸேஜ் வரும். வாங்க! அப்படீன்னிட்டாரு. அன்னக்கிப் பாத்து எங்க வீட்டம்மாவுக்கு ஒடம்பு சரியில்லாம போறதா? பில்லுதான் கட்டலியே தைரியமா மருத்துவமனைக்குப் போனோம். இப்பல்லாம் மருத்துவமனைக்குப் போவணும்னா, சாதாரண சளி காய்ச்சலுன்னாகூட கொறஞ்சது ஐந்நூறாவது இருந்தாத்தான் முடியும். இந்த மின் கட்டணம் பாரு சமயத்துல ஒதவிடுச்சி. ஆனா அந்த மனுசன் ரொம்பக் கறார்! ஒரு ரண்டு மணி நேரங்களிச்சி அலைபேசியில வந்துடுவாரு! ஏப்பா இன்னும் ரசீது வரலியே என்னாச்சிம்பாரு! ஆஸ்பத்திரியிலிருந்தே அவருக்கு அடிச்சேன். கட்டணம் வாங்க இன்னும் ரண்டு மூணு நாளு ஆகும்னாங்க என்னா செய்யிறதுன்னு கேட்டேன்! நீயே வெச்சிருந்து கட்டிருன்னாரு மனுசன். அப்பாடான்னு அந்த நேரத்துக்கு பெரிய நிம்மதி போ!'

'நீ என்னா வேண்ணா நெனச்சிக்கோ நண்பா! ரெண்டு நாளோ மூணு நாளோ களிச்சி என்னா பண்றதுன்னு அப்பவே யோசனை வந்துச்சி! மருத்துவமனையிலிருந்து வீட்டுக்கு வந்ததும் ஒரு டம்பளர் தண்ணியக் குடிச்சதும் வண்டிய எடுத்தேன். நேரா சரவணன் வீட்டுக்கு விட்டேன். டீக்கடை தாண்டலே அவரே எதிர்ல வர்றார்!'

'வாங்க, வாங்கன்னு வண்டிய நிப்பாட்டச் சொன்னாரு. சாலையின் ஓரமா போனோம் சட்டைப் பையிலிருந்த ரூபாயை எடுத்து இந்தாங்க அம்பது ரூபா கேட்டீங்க வருத்தப்படாதீர்கள் நாப்பதுதான் இருக்கு. வச்சிக்குங்க! உங்களுக்கு எப்பக் குடுக்க முடியுமோ அப்பக் குடுத்தாப்போதும். செரியா! அப்படீன்னாரு.'

'எதுக்கு நாப்பது ரூபா குடுத்தார்?'

'அதுவா எங்க அக்காவுக்குத்தான் சக்கரை பிரச்சினையாச்சே! அடிக்கடி தொந்தரவு குடுத்துக்கிட்டே இருக்குதா! சென்னைக்குப் போயி முழுசா செக்கப் பண்ணிட்டு வந்திடலாம்னு பணத்துக்கு அவர்ட்ட சொல்லி வைச்சேன்! மனுசன் அவரே தேடி வந்து குடுத்துட்டாரு! என்னன்னு சொல்றது?'

'அப்புறம் என்ன மின் கட்டணத்தை கட்டிப்பிட்டு ரசீது சாருக்கிட்டு ஒப்படைச்சிட்டேன்.'

'வாழ்க்கைன்னா எல்லாந்தான் வரும். அத ஏத்துக்கறதுக்கு நம்மத் தயார் பண்ணிக்கணும். நாம நெனக்கிற மாதிரியே எல்லாம் நடக்குமா என்னா? நாளக்கி என்ன நடக்கும்ன்றது நம்ம கையிலயா இருக்கு?'

25

'சுந்தர்! என்ன படிச்சிக்கிட்டிருக்க!'

'வான்மதியில அய்யா இந்த மாதம் ஒரு அருமையான கதை எழுதியிருக்காரு பாத்தியா நீ!'

'பாத்தன் பாத்தன். இன்னொரு முறை படிக்கணும். ரொம்ப நல்லா அமைஞ்சிருக்கு இந்தா நீ படி! அந்த நாவல்ல இன்னுங் கொஞ்சம் பாக்கியிருக்கு முடிச்சிட்டா கொண்டு போயி குடுத்துட்டு வேற ஏதாச்சிம் வாங்கிட்டு வந்திடலாம்'.

சிகாமணி கை நீட்டி வாங்க முற்பட விரல் பட்டும் படாமல் பிடித்ததால் இதழ் கீழே விழுந்தது. அதிலிருந்து மடிக்கப்பட்ட தாள் ஒன்று தெறித்து விழுந்தது. அதை அவசரமாக எடுக்க வந்த சுந்தரேசனின் கை அடையும் முன்னே சிகாமணி எடுத்து விட்டான்.

'ஏ, கொண்டா அதை!'

அவன் விரிக்க முற்படும்போது வெடுக்கெனப் பறித்தான் சுந்தரேசன்.

'என்ன அதுல? எனக்கு தெரியாத என்னா ரகசியம்?'

'அதல்லாம் ஒண்ணுமில்ல! எதுனா கிறுக்கி வெச்சிருப்பேன்! அதான்!'

'எனனாதான் கிறுக்கியிருக்கேன்னு நானுந்தான் பாக்குறனே!'

'வேணா சிகா! சொன்னா கேளு! நானே அப்புறம் தர்றேன்!'

'அதெல்லாம் முடியாது நான் பாத்தே ஆகணும்!'

'வேணான்னா விட்டுடணும் பிடிவாதம் தானே வேணான்றது?'

வெடுக்கெனக் கையிலிருந்ததைப் பறித்தான் சிகாமணி! இவன் பேந்த பேந்த விழித்தான்.

விரித்தான் முத்துமுத்தான கையெழுத்து நூல் பிடித்தாற் போன்ற வரிகள். ஒவ்வொரு சொல்லும், சொற்கள் கொண்டு இணைக்கப்பட்ட வாக்கியமும் தேனில் ஊறிய பலாச்சுளைகளா? கற்கண்டா, பாலா, முக்கனியா? அமுதமா? உள்ளத்து மின்னலா? நட்பின் நல்லுணர்வா? மனச்செடியில் அரும்பி மொட்டு வெடித்து மணம் வீசும் பூக்களின் அணிவகுப்பா? உள்ளத்தில் ஊற்றெடுக்கும் அமுதப் பிரவாகமா? அன்புப் பெருக்கா? நேயம் மீட்டிய இசையா? என்ன சொல்வது? என்ன சொல்வது? சொக்கிப் போன சிகாமணி வியப்பால் விழிவிரியப் பார்த்தான்.

'என்னப்பா? கத அப்படிப் போகுதோ? நீதான் பெரிய கவிதைக்காரன்னு நினைச்சிருந்தேன். அண்ணி முன்னால நீ அவுட்டுதாம் போ! எழுத்தாயா இது? எழுத்திலேயே செதுக்கிய சிற்பமய்யா, சிற்பம்! மனசே தோகை விரிச்சி ஆடுதய்யா? நான் என்ன சொல்ல! இதுக்கு இவ்வளவு சக்தியா? பத்து இருபது வரியில ஒரு காவியமே தீட்ட முடியுமா? அது இருக்கட்டும்! எவ்வளவு நாளா நடக்குது இது? என்னா அப்படி பாக்குற? திருடனுக்குத் தேள்கொட்டுன மாதிரி!'

'ம்... கவலைப்படாத மச்சி! இனிமே நான்தான் மாப்பிள்ளைத் தோழன். தூதன், மெசஞ்சர் எல்லாம்தான்னு வச்சிக்கோ!' ரொம்ப கீழ போறன்னு பாக்கிறயா? இந்த விசயத்துல நண்பர்களோட துணைதான் பெரிய பலம் தெரிஞ்சிக்கோ! என்ன அப்படி முழிக்கிற! ஒண்ணுந் தெரியாதவன்போல இருந்துகிட்டு இந்த வேலயல்லாம் நடக்குதா? பரவால்ல பிழைச்சு போ! நல்ல ரூட்லதான போவுது?'

'சும்மா இருப்பா அதெல்லாம் ஒண்ணுமில்ல! ஒரு கதையில் நடுவுல ஒரு காதல் கடிதம் வர்ற மாதிரி அமைச்சிருக்கேன். அதுக்குதான்

மாதிரிக்கு எழுதிப் பாத்தது. நீ சொல்ற மாதிரியெல்லாம் ஒண்ணுமில்ல! சும்மா நீயே கற்பனை பண்ணிக்காதே!'

'நல்லாருக்கே கதை? யாருக்கு நைனா காது குத்தறே! எனக்கு ஏற்கனவே குத்தியிருக்கு சாமியோவ்! ஒண்ணுந் தப்பில்ல தலைவா! மீட்டு நீ! வாழ்க்கையில இதால்லாம் சகஜந்தானப்பா! தூள் கௌப்பு ராஜா!'

'சரி விடப்பா! கொஞ்ச நாள் கழிச்சி உனக்கு சொல்லலாம்னு இருந்தேன். நா ஒரு மடையன் அதை வச்சது ஞாபகம் இல்லாம புத்தகத்தோட குடுத்திட்டேன். சரி உனக்குத் தெரியாமலா இருக்கப் போகுது? இதுவும் ஒருவிதத்துல நல்லதுதான். இது உனக்குத் தெரிஞ்ச மாதிரி காட்டிக்காதே! ஏன்னா உனக்கெல்லாம் தெரியாதுன்னுதான் சொல்லி வச்சிருக்கிறேன். நானே நாம மூணுபேரும் இருக்கும்போது வெளிப்படுத்திட்றேன். அதுவரைக்கும் நீ தெரியாத மாதிரியே இருந்துக்க ப்ளிஸ்!'

'அப்படி வா வழிக்கு! சரி அத பாத்துக்கலாம். நல்ல படம் வந்திருக்குதாம் வாயேன் டவுனுக்கும் போன மாதிரி படமும் பாத்த மாதிரி இருக்கட்டும். இன்னக்கிக் கொஞ்சம் படிக்கலாம்னு இருந்தேன். நாளக்கிப் போலாமே!'

'நல்லதையெல்லாம் ஒத்திப் போடக்கூடாது இப்பல்லாம் எந்தப் படமும் ரண்டுநாள் மூணு நாளுக்குமேலே ஓடறதில்லையே. இன்னைக்கு விட்டம்னா நாளக்கி மாத்திட்டா என்ன பண்றது?'

'நீ பிடிச்சத விடமாட்டியே! சரி, போலாம் வா!'

26

மனசில் ஏதாவது சங்கடம் நேரும்போதெல்லாம் சுந்தருக்கு எழுத்தாளர் இளமுருகுவின் அறிவுரை, ஆறுதல் வழிகாட்டல்களே ஒத்தடங்களாக அமையும்.

'வா சுந்தர்! என்ன காலையிலேயே வந்திட்ட, பள்ளிக்குப் போகலியா? வா உட்கார்.'

'திடீர்ன்னு உங்க ஞாபகம் வந்திடுச்சி ரெண்டு வார்த்தை பேசிட்டுப் போனா நல்லாருக்குமேன்னுதான் வந்திட்டேன். உங்களுக்கு ஒண்ணும் தொந்தரவு இல்லையோ!'

'ச்சேச்சே! என்ன இப்படிச் சொல்லிட்டே! கரும்பு தின்றதுக்குக் கூலியா? நீ வந்தாவே திருவிழாதானே! கொண்டாட வேண்டியது தானே!'

இவர்களின் பேச்சுக்களுக்கிடையே வதனா வந்து எட்டிப் பார்த்தாள். முகத்தில் ஆயிரம் பூக்கள் மலர கண்களை அகல விரித்து, 'அடடே! சுந்தர் அண்ணனா? வணக்கம் அண்ணா!'

'வா, தங்கச்சி! என்ன உடம்பு இப்படி ஆயிடிச்சி! சாப்பிட்றயா இல்லையா?'

'பாருங்கப்பா நா குண்டாயிட்டன்னு சொல்லாம சொல்றதை?'

'உன்ன யாரும்மா குண்டுன்னு சொல்லுவா? நார்மலாதானே இருக்க!'

'ஏம்பா, என்ன வேலையா வந்த! திடுதிப்புனு எந்திரிச்சிக்கிட்டே!'

'ஒண்ணும்இல்லங்கய்யா! காலைல இருந்தே மனசு ஒரு மாதிரியா இருந்திச்சி பள்ளிக்கு லீவு சொல்லிட்டு வெளியில எங்கியாவது போகணும்னு நெனச்சேன். எதுக்கும் உங்கள ஒரு பார்வை பாத்திடலாம் அப்புறம் என்ன தோணுதோ அப்படிச் செய்யலாம்னு வந்தேன். உங்களப் பாத்துட்டேன். எல்லாம் சரியான மாதிரி தோணிடிச்சி! பள்ளியில ஏகப்பட்ட வேலை அத முடிச்சாத்தான் மத்த வேலயப் பாக்க முடியும் நா வர்றேன்.'

'ஏய், எல்லாம் எடுத்து வச்சுட்டேன். சாப்பிட்டுப் போலாம்னா' சரி சாப்பிடலன்னாலும் கோச்சிக்குவ. தேனீர் மட்டும் போதும்மா!'

'ஏண்ணா? நா என்ன அவ்வளவு குண்டா?'

'ச்சேச்சே! உன் ஒசரத்துக்கு இது சரியாதாம்மா இருக்கு' - ஒருமுறை முறைத்தாள்.

'எம்மா எம்மா, மன்னிச்சிடு தாயே! நீ எப்படி இருக்கணுமோ அப்படி இருக்கிற சரிதானே!'

'அப்படிப்போடு அரிவாள, என்ன சாப்பிட்றங்க தேனீரா, காபியா, டீயே போதும்மா?'

ஆவி பறக்கும் தேனீர்க் குவளைகள் தட்டில் வந்தன. ஆளுக்கொன்றாய் எடுத்தனர். இவன் அவர் குடிக்க எடுப்பதை ஆவலுடன் பார்த்தான்.

'நீ குடி, நா கொஞ்சம் ஆறினாத்தான், நீதான் பாய்லராச்சே, குடிப்பா!'

றொம்ப தேங்க்ஸ்! எடுத்தான் குடித்தான் வைத்தான் 'அடப்பாவி! அநியாயத்துக்கு இப்படியா? கொதிக்கிற டீய அப்படியே ஊத்திகினியே! தொண்டகிண்ட ஒண்ணும் ஆகலியா? நீ ஒரு நெருப்புக் கோழிதான்யா!'

27

'வா சுந்தர்! வேல நெறய கெடக்குது. ஆனா மூடு வரமாட்டேங்குது. கோப்பப் பிரிச்சா கொட்டாவியா வருது. அப்புறம் பாரு என்னென்னமோ சிந்தனை! ஒரு மாதிரியா ஆயிட்டன்'

'நீ றொம்பப் படிக்கிற அதான் இப்படியெல்லாம் பண்ணும்'

'நீ படிக்காததயா நா படிச்சிட்டேன். படிப்பு என்ன ஒருத்தன, பயித்தியக்காரனா ஆக்கிடும்னா சொல்ற? நல்ல வாசிப்பு பயித்தியத்தக்கூட தெளிய வெச்சிடும் தெரியுமா?'

'அதென்ன நல்ல வாசிப்பு, கெட்ட வாசிப்பு? சாதாரண வாசிப்பு, தீவிர வாசிப்புன்னுதான சொல்ல முடியும்'

'நீ சொல்றதும் சரிதான்! தீவிர வாசிப்பிலயும் நல்லதா தேர்ந்தெடுத்து வாசிக்கணுமில்லயா?'

'எது நல்லது? எது கெட்டதுன்னு எப்படித் தீர்மானிக்கிறது? அதுக்கென்ன அளவுகோல்? தீவிர வாசிப்புன்றதே நல்ல வாசிப்பு தானே! வாழ்க்கையை அதன் அழகுகள் மட்டுமல்ல? குரூரங்களையும் சேத்துக்குடுக்கற கலைப் படைப்புகளை வாசிக்கிறதே நல்ல வாசிப்புங்கறது எனது கணிப்பு! சரிதானே!'

'செரிதான்! செரிதான்! ஆனா வாழ்க்கைய அப்படியே காட்றதுல என்ன இருக்கு?'

'வாழ்க்கைன்னா என்னன்னே தெரியாத நமக்கு வாழ்க்கையப் புரிஞ்சிக்க வேணாமா? அதுக்குப் பிறகு அடுத்த கட்டத்துக்கு நகரலாம்'

'வாழ்க்கையைப் புரிஞ்சிக்கிறதுக்கே இந்த ஆயுள் பத்தாதே!'

'இருக்கற காலத்துல உருப்படியா முடிஞ்சத செய்யணும். நம்மள பத்தி மட்டுமே சிந்திக்காம மத்தவங்களப் பத்தியும் சிந்திக்கணும் இல்லியா? இத வாசிப்புதானே நமக்குக் கொடுக்க முடியும்?'

'அதெப்படி? படிக்காமலேயே ஒருத்தன் மத்தவங்களுக்காக சுயநலமில்லாம உழைக்கிறானே!'

'ஆமா ஆமா, அவன பக்கத்தில இருந்து பாக்கிற சிலருக்கு அல்லது அந்த தெருவுக்கு மிஞ்சிப் போனா அந்த ஊருக்குத்தான் தெரியும். அந்த மனுசனப்பத்தி எழுத்துல கொண்டு வந்துட்டா உலகத்துக்கே தெரியுமில்லையா? அதனாலதான் வாசிப்பு அவசியங்கறது. அந்த மனுசனக் கண்டுபிடிச்சி வெளியல கொண்டு வர்றதேகூட ஒரு அவசியமாப் படுது இல்லையா? சரிசரி வா சூடா ஒரு டீ சாப்பிடுவோம்'

'ஆமா தேனீர் இப்போ தேவைப்படுது'

அது தேனீர் கடை மட்டுமல்ல ஒரு சிறிய பெட்டிக்கடையும் இணைந்தது. அதோடு தினசரி, வார இதழ்களும் கிடைப்பதாகவும் அமைந்துள்ளது. ருசியான கார வகைகளுக்கும் குறைவில்லை. அதனால் கூட்டத்துக்கும் எப்போதும் குறைவில்லை. ஆனால் இன்று ஏனோ கூட்டம் அவ்வளவாக இல்லை. ரண்டொருவர் மட்டுமே, அவர்களும் புறப்படும் நிலையில். 'இன்னைக்காவது கொஞ்சம் ஆற அமர உட்காரலாம் வா! எங்க சிகாவைக் காணோம்? ரண்டு பேருந்தான வருவீங்க!'

'அவன் ஊருக்குப் போயிருக்கிறான்'

வான்மதி தொங்கிக் கொண்டிருந்ததைக் கண்டதும். உடனே அதை வாங்கிக் கொண்டு வந்து அமர்ந்தான் கண்ணன். 'அட, நம்ம இளமுருகு அய்யா கட்டுரை!'

'கதைதானே வரும்? இந்த வாரம் கட்டுரையா? கொண்டா! எதப்பத்தி எழுதியிருக்காரு?'

'எழுத்தின் அரசியல் மூணு பக்கந்தான் படிச்சிடட்டுமா?'

'படி! படி!'

'**இ**லக்கியத்தில் அரசியல் இருக்கலாமா? கூடாதா? என்ற வாதம் நீண்டகாலமாக நம்மிடையே இருந்து வருகிறது. குறிப்பாக முற்போக்கு இலக்கியங்கள் மீது இந்தக் குற்றச்சாட்டு பலமாக வைக்கப்படுகிறது. ஒரு கலைப் படைப்பு சலசலத்து ஓடும் ஓடையைப் போல், நதியின் பிரவாகம் போல் நுங்கும் நுரையுமாக கரை தழுவும் கடலலைபோல், காற்றில் தலை கோதிக் கொள்ளும் மரத்தைப் போல் அதுவாகவே இயல்பாகவே கலை இயங்க வேண்டுமேயல்லாது நாமாக வலிந்து இழுத்து வளைந்து நமது கருத்தை அதற்குள்ளே திணித்து எழுதும்போது அது வெறும் கருத்த வாகனமாக பிரச்சார ஒலி வாங்கியாக

ஆகிப் போய்விடுகிறது. கலை அதன் அழகுகளோடு பளிச்சிட வேண்டும். வாழ்வின் ஒளியை மட்டுமல்ல அதன் இண்டு இடுக்குகளையும் அதன் இருட்டுப் பகுதியையும்கூட கலை வெளிப்படுத்த வேண்டும். ஆனால் அதற்குள் படைப்பாளி உள்ளே புகுந்து ஆட்டம் போட அனுமதிக்கக்கூடாது. கலையை உயர்த்திப் பிடிக்கும் உன்னத கலை உபாசகர்கள் சொல்லிக் கொண்டேயிருக்கிறார்கள். நீங்கள் ஆழ்ந்து கவனித்துப் பார்த்தீர்களேயானால் இவர்களின் இந்த வாக்கியங்களுக்குள்ளே ஓர் அரசியல் ஊடாடுவதை அவதானிக்க முடியும். அரசியலே வேண்டாம் என்பதேகூட ஓர் அரசியல்தானே!

எழுத்து என்பது அதாவது எழுத்துக்களாலான சொற்றொடர் வாக்கியங்கள் ஒன்றோடு ஒன்று கூடி ஒரு கருத்தை ஒரு செய்தியை வெளிப்படுத்துகின்றன. எந்த ஒன்றையும் அல்லது அதைப் பற்றியும் தானே எழுத்து என்பது முன் வைக்கிறது. அவ்வாறு ஒன்றையோ அல்லது ஒன்றைப் பற்றியோ முன் வைக்கும் போது அதை முன் வைப்பதற்கான ஓர் அவசியம், ஒரு தேவை இருக்கும்தானே!

எந்த ஒரு தேவையும்இன்றி யாரும் ஒரு வார்த்தையைக் கூடப் பேசுவதோ, எழுதுவதோ இயலாது என்பது உண்மையானால் ஒன்றைப் பற்றி எழுதுவதற்கு ஏதாவது அவசியம் இருந்துதானே ஆகவேண்டும். எந்த நோக்கமும் இன்றி ஒரு கதையோ கவிதையோ யாரும் படைத்து விடுவது இல்லை.

எனது கவிதையில், கதையில் எந்தவித அரசியல் கலப்பும் இல்லை. அரசியலை எழுதுவது எனது நோக்கமும் இல்லை. என்னுடையது கலைப்படைப்பு மட்டுமே! கலையைத் தான் நாம் கொண்டாட வேண்டும். கலைதான் உயர்வானது. அதற்குத்தான் நீடித்த தன்மை உண்டு மற்றதெல்லாம் அற்பாயுள் கொண்டது. அந்த சமயத்தோடு அது மதிப்பிழந்து போய்விடும். எனவே தூய கலையே எப்போதும் நிலைத்திருக்கும். கலை அழகே முக்கியம். என்றெல்லாம் எப்போதும் பேசப்படுவதை இப்போதும் கேட்டு வருகிறோம் என்பதால் இந்த விவகாரத்தை அப்படியே விட்டு விடவும் முடியாது. இந்த வகையான அல்லது எந்தவகையான எழுத்துக்கும் ஓர் அரசியல் இருக்கவே செய்கிறது. இதை ஒரு சாரார் ஒப்புக்கொள்ளவே மாட்டார்கள் என்பது நமக்கும் தெரியும் என்றாலும் புதிதாக எழுத வருபவர்கள் இவர்களிடம் சிக்கிச் சின்னாபின்னமாகப் போகக்கூடாது என்று எச்சரிப்பதற்காகவே நாம் இதை எழுத வேண்டியிருக்கிறது. இது மிக மிக அவசியம்

மிக மிக அவசரம் என்பதால்தான் இந்த வாரம் கதையைத் தவிர்த்துவிட்டு இந்தக் கட்டுரையை எழுத வேண்டியதாகி விட்டது. பொறுத்துக் கொள்ளுங்கள் அன்பர்களே.

முன்பே சொன்னதுபோல் எந்த எழுத்தும் அது கவிதை, கதை, நாவல் எதுவாயினும் அது எழுத்தால் கட்டமைக்கப்படும்போது அதை எழுதுகிறவனின் அனுபவ ஊற்றிலிருந்து, சிந்தனைச் சேர்மானத்திலிருந்து, மொழியாளுமையில் மிளிர்ந்து வெளிப்படுகிறது.

படைப்பவன் என்பவனும் ஒரு மனிதன் தானே! (அன் விகுதி போட்டு எழுதுவதால் ஆண் மையக்குரல் தென்படலாம்) படைப்பவன் / படைப்பவள் யாராயிருந்தாலும், தான் கண்ட, கேட்ட, படித்த, புரிந்துகொண்ட அனுபவத்திலிருந்துதான் படைப்புத் தொழிலைச் செயல்படுத்த முடியும். அந்த படைப்பாளியின் வெளிப்படுத்தும் ஆற்றல் கற்பனை வளம் இதைப் பொறுத்தே அந்தப் படைப்பு வாசகப் பரப்பை எட்டும் என்பதெல்லாம் உண்மைதான்.

நாம் சொல்ல வருவது என்னவென்றால், படைப்பை வெளிப் படுத்தும்போது அந்த படைப்பாளியின் மொழியில், அவருள் கரைந்தவற்றை அதாவது அவர் கற்ற, தெளிந்த சிந்தித்தவற்றைப் படைக்கும்போது அவரேயறியாமல் அவரது சிந்தனை, பார்வை வெளிப்படத்தானே செய்யும். உலகைப் பற்றிய அவரது பார்வை, வாழ்வைப் பற்றிய அவரது கண்ணோட்டம் அவரது எழுத்தில் படியும்தானே! இதைத்தான் நாம் அரசியல் என்கிறோம்.

எந்த ஒரு எழுத்தும் அதன் அடியில், மறைபொருளாகவோ, உறை பொருளாகவோ, அந்த எழுத்தாளியின் அகத்தில் ஊறி நொதித்த நுரை படியத்தான் செய்யும். எந்த வகை எழுத்தின் அடியிலும் ஓர் அரசியல் மறைவாக ஓடிக்கொண்டேயிருக்கும். நுட்பமான வாசகனால் அதைக் கண்டுவிட முடியும். படிப்பு என்பதும் ஒரு பயிற்சிதான். ஒரு நூலை எப்படி வாசிப்பது என்பதுகூட ஒரு அரசியல்தான். எழுதுபவருக்கு ஒரு பார்வை, ஒருநோக்கம், ஒரு கண்ணோட்டம் இருப்பதைப் போல வாசிப்பவருக்கும் ஒரு நோக்கம், ஒரு பார்வை, ஒரு கண்ணோட்டம் இருக்கவே செய்யும்.

அதனால்தான் ஒரு சிலரால் கொண்டாடப்படுபவை மற்றவர்களால் நிராகரிக்கப்படுகிறது.

நிராகரிப்பும், கொண்டாடப்படுவதும் இருப்பதுதான் ஒரு படைப்புக்கு வெற்றி. ஏன் கொண்டாடப்படுகிறது? அல்லது ஏன்

நிராகரிப்புக்குள்ளாகிறது என்பதற்கான விளக்கங்களில்தான் அதற்கான அரசியல் வெளிப்படுகிறது.

கொண்டாட்டத்தில் உள்ள அரசியல்போலவே நிராகரிப்பிலும் அரசியல் இருக்கிறது. யாரால் கொண்டாடப்படுகிறது, யாரால் நிராகரிக்கப்படுகிறது என்பதைப் பொறுத்தே ஒரு படைப்பின் வெற்றி தோல்வி அடங்கும். இந்த வாதம் முழுமையல்ல என்பாரும் இருக்கவே செய்கிறார்கள்.

பன்மைத்தன்மை வாய்ந்த சமூகத்தில் பன்மைத்தன்மை வாய்ந்த படைப்புகள் தோன்றுவதுதான் சிறப்பு. இந்தப் பன்மைத் தன்மை தான் படைப்புகளின் உயிர்ப்பும் வனப்பும், வளப்பமும் எல்லாமும்.

பன்மைத் தன்மையை வெளிப்படுத்தும்போதும் அது படைப்பாவதில் கற்பனை வளம், மொழியாளுமை, அழகு, மண் வாசனை, அறஉணர்வு இவை அதற்குரிய சேர்மானத்தோடு மிளிர வேண்டும் என்பதே நமது எதிர்பார்ப்பு. இது கருதியே இந்தக் கட்டுரை எழுத வேண்டியதாகி விட்டது.

இனி அடுத்தவாரம் கதை தொடரும் நண்பர்களே,

உங்கள் அன்பு,
இளமுருகு

28

‘பார்வதிம்மா, பிள்ளைங்களுக்கு ஒழுங்கா முட்டை போடறீங்களா?’

‘போட்றங்கய்யா!’

‘நா கொடுக்கற கணக்குப்படிதான முட்டைங்கள வேகவக்கிறீங்க! அப்ப எப்படி பத்தாமப் போகும்?’

‘அய்யா! எல்லாம் சரியாத்தாங்கய்யா நடக்குது. பத்தாம எல்லாம் போகலங்கய்யா?’

‘உங்களக் கணக்கல்லாம் நா ஒண்ணும் கேக்கல! நீங்கதானே பொறுப்பு உங்க நன்மைக்காகத்தான் சொல்றேன்’

‘சரிங்கய்யா!’

‘இதப்பாரும்மா, நான் இருக்கிற கணக்க மட்டும் கொடுத்தா உனக்கு எப்படி வரும்படி வரும்? சேத்துக் கொடுக்கறன்,அப்படியும் பசங்களுக்குப் பத்தாம போகுதுன்னு புகார் வருதே? உங்க விசயம்

அது நீங்க பாத்துக்குங்க! அதுல நா எதுக்கு தலையிடணும். ஆயாம்மாங்களக் கொஞ்சம் உசாராப் பாத்துக்குங்க! அந்த செல்லம்மாவைப் பரிமாறாமப் பாத்துக்குங்க. பிசி, எம்பிசி பசங்க, சாப்பிடறதுக்குத் தயங்குவாங்க அவங்க பேரன்ட்ஸ் எங்கிட்ட சொல்றாங்க பாத்துக்குங்க'

'எப்படிங்கய்யா! பிரச்சனையாயிடுங்களே!'

'பிரச்சனை வராமத்தான் பாத்துக்கணும்! இது கிராமம்மா, பட்டிக்காடு, இங்கல்லாம் சமரசத்தப் பாக்க முடியாது. முடிஞ்ச வரைக்கும் செல்லம்மாவ பரிமாறாமல் பாத்துக்குங்க!'

பார்வதியால் பதில் சொல்ல முடியாமல் தயங்கினாள். சரி என்றால் பிரச்சினையைச் சந்திக்க வேண்டும். முடியாதென்றால் இவரைப் பகைத்துக் கொள்ள வேண்டும். இருதலைக் கொள்ளி எறும்பு போல் தவித்தாள். ஒன்றும் சொல்லாமல் மௌனமாய் அவ்விடத்திலிருந்து அகல முற்பட்டாள்.

'என்ன ஒண்ணும் சொல்லாமப் போனா எப்படி? பேரண்ட்ஸ் பசங்கள நிறுத்திட்டாங்கன்னா நிலைமை மோசமாயிடும். நா சொன்னதா யாருகிட்டயும் சொல்லக் கூடாது. ஆனா செல்லம்மா மட்டும் பரிமாறாமப் பாத்துக்கணும். போங்க போயி வேலையப் பாருங்க!'

'அய்யா', - திரும்பித் திரும்பிப் பார்த்தவாறே சுந்தரேசனைப் பார்த்து அழைத்தாள் பார்வதி.

'என்னம்மா, சத்துணவு அமைப்பாளரா? நீங்கதான் சங்கத்துக்கு ஒன்றியச் செயலாளராமே! வாழ்த்துக்கள்! ஜெயராமன் சொன்னாரு அவரு மாவட்டப் பொறுப்புக்கு வந்திட்டாரு!'

'ஆமாங்கய்யா!'

'சொந்தக்காரங்களே ரண்டு பதவியவும் புடிச்சீட்டிங்க!'

'இதுல சொந்த பந்தம் என்னங்கய்யா இருக்கு. அவரு ஒரு பள்ளிக்கூடத்துல நா ஒரு பள்ளிக் கூடத்துல, அதுவுமில்லாம அவரு எங்க பிரச்சினைங்களுக்காக பிடிஓ, ஆர்டிஒன்னு அதிகாரிங்க கிட்டப் பேசித் தீத்து வைக்கிறாருங்கய்யா! யாருக்கு எந்த நேரத்துல உதவின்னாலும் அவரு தாங்கய்யா முன்வந்து நிக்கிறாரு. இதுல சொந்தங்கறது எங்கங்கய்யா இருக்குது?'

'அடடே நீ வேற மாதிரி எடுத்துக்கிட்டயா? நீங்க ரெண்டு பேரும் நல்ல இயக்கவாதிங்க நல்லா செயல்பட்றிங்க, சொந்தமாவும்

இருக்கிறீங்க! இதுல சொந்தம் கிந்தம் ஒண்ணும் இல்லதான். சும்மா ஒரு பேச்சுக்குச் சொன்னேன். அத விடும்மா! என்னமோ எங்கிட்ட சொல்ல வந்த! நான்தான் பேச்ச மாத்திட்டேன். ஏதாவது முக்கியமான விசயமா?'

'என்னங்கய்யா நம்ம தலைமையாசிரியரு இப்படிச் சொல்றாறு!'

'என்ன சொல்றாறு? அவரே வித்தியாசமான ஆளாச்சே! நாம நெனக்க முடியாததல்லாம் அவரு நெனப்பாரு! நாம ஓடுதுன்னா இல்ல உக்காந்திருக்கும் பாரு! அவரப் பத்திதான் தெரியுமே! நீ வேற என்ன புதுசா சொல்லப்போற!'

'இல்லங்கய்யா, நா சொல்ல வந்ததே வேற! ரொம்ப முக்கியமான பிரச்சினை. ஏங்கய்யா, நாம இங்க வேல பாக்குறம். நமக்குள்ள ஜாதி பாத்தா நல்லாவா இருக்கு?'

'யாரு பாக்குறா? அப்படிப்பாத்தா நாம படிச்சதுக்கே அர்த்தமில்லாமப் போயிடும்! சாதி இல்லன்னு சொல்லிக் குடுக்கிற பள்ளிக்கூடத்துல சாதிபாக்குறது எவ்வளவு கேவலம். எந்த சாதின்னா என்னா? நல்லவனா? கெட்டவனான்னு தான் பார்க்கணுமே தவிர இதுல சாதி என்னா பெரிய சாதி!'

'ஆமாங்கய்யா! நீங்க சொல்றது எல்லாமே சரிதான். ஆனா இங்க நடக்கிறது சரியாவா இருக்கு?'

'என்ன நடக்குது இங்கே?'

'அய்யா, நா மதிய உணவுக்கு அட்டனன்ஸ் வாங்கப் போனங்கய்யா, அப்ப நம்ம எச்எம் சொல்றாருங்கய்யா! செல்லம்மா ஆயா இல்ல செல்லம்மா ஆயா!'

'ஒரு செல்லம்மாதானே இருக்கிறது? நீ ரண்டு செல்லம்மான்ற?'

'உங்களுக்கு எப்பவுமே வெளையாட்டு தான்!'

'சுந்தர்! அவங்கள முழுசா சொல்லவிடு. என்னமோ முக்கியமா சொல்ல வர்றாங்கன்னு நினைக்கிறேன்!'

'ஆமாங்கய்யா!'

'சரி சொல்லுமா!'

'அய்யா நம்ம தலைமை அய்யா சொல்றாரு, பசங்களுக்கு செல்லம்மா சாப்பாடு போடக்கூடாதாம்?'

‘ஏவாம்! செல்லம்மா நல்லாதானே! இருக்கு தொத்துநோய் கித்து நோய் எதுவும் இல்லையே!’

‘அவங்க பரிமார்றத ஊர்ல வேணாண்னிட்டாங்களாம். போட்டா பசங்கள நிறுத்திக்குவாங்களாம்!’

‘அப்படியா! அவ்வளவு தூரத்துக்கு வந்துடிச்சா, இத சும்மாவுடக் கூடாது பார்வதிம்மா! செல்லம்மா கிட்ட எதுவும் சொல்ல வேணாம். நானும் சிகாவும் வந்து நிக்கிறோம். செல்லமாவே பரிமாறட்டும் என்ன நடக்குதுன்னு பார்ப்போம்.’

மணியடித்தது பிள்ளைகள் தங்கள் தட்டுகளை எடுத்துக் கொண்டு வரிசையில் வந்து நின்றனர். சிறுவர்கள் ஒரு வரிசை சிறுமிகள் ஒரு வரிசை. இரு அகன்ற பெரிய பாத்திரங்கள் ஒன்றில் சோறு, மற்றொன்றில் சாம்பார், செல்லம்மா ஆயா ஒரு பெரிய கரண்டியில் சோற்றை அள்ளி பசங்களின் தட்டை ஒரு கையில் பிடித்து மறு கையில் சோற்றை தட்டில் போட, சமையலர் கமலா ஒரு கரண்டி சாம்பாரை மொண்டு சோற்றின் மீது ஊற்ற மதிய உணவு வழங்கும் வேலை மும்முரமாக நடைபெற்றுக் கொண்டிருந்தது. மாணவர்கள் உணவைத் தட்டில் வாங்கிக் கொண்டு மரத்தடியில் அமர்ந்து சாப்பிடத் தொடங்கினர்.

திபுதிபுவென்று ஒரு பத்துபேர் பசங்களுடைய தட்டுகளைப் பிடுங்கி தூற எறிந்தனர். கெட்ட வார்த்தைகளை சரமாரியாகப் பொழிந்தனர்.

‘ஏ பாருவதி! நீ போட்றதுக்கென்னா? கண்ட நாயிங்க கையிலல்லாம் எங்கப் புள்ளைங்க வாங்கித் தின்னணுமா?’

‘குடியானவங்க மத்தவங்கன்றதுல்லாம் ஒண்ணுமேயில்லையா? கெவருமென்ட்டு வேல குடுத்துட்டா எல்லாம் சமம் ஆயிடுமா? ஏயா, செல்லம்மா, நி போயி மாதாரி வூட்ல போயி சாப்புடு பாக்கலாம்? நீங்களே பாக்கக்குள்ள நாங்க பாக்கக்கூடாதா. இதா பாரு உங்கள இப்ப சும்மாவுட்டுட்டுப் போறம். நாளைக்கும் இதே மாதிரி நடந்துச்சு கத வேறமாதிரியாயிடும்.’

‘ஏங்க இது அரசாங்க இடம். இங்க வந்து ஏங்க கலாட்டா பண்றீங்க!’

‘நீ யெல்லாம் ஒரு வாத்தியாரு! த்தூ! உன்னல்லாம் நம்மாளுன்னு சொல்றதுக்கே வெக்கமா இருக்கு போ அவுங்க வூட்லயே கட்டிக்க போ!’

‘அதச் சொல்றதுக்கு நீ யாரு. மொதல்ல நீ இங்க வந்ததே தப்பு. எந்தக் காலத்துல இருக்கிறீங்க. இந்த மாதிரியல்லாம் பேசனாவே உள்ள போயிடுவீங்க!’

‘நீ, நீ என்ன உள்ள தள்றவன்? பார்ரா?’

‘ஒளுங்கு மரியாதயா போயிடுங்க! இல்ல அத்தன பேரும் கம்பி எண்ணிடுவீங்க. இல்ல இல்ல இத லேசுல விடப்போறதில்ல! என்ன நெனச்சிகிட்டிருக்கிறீங்க ரொம்ப அசிங்கமா நடந்துக்கீறங்க! போயிடுங்க மரியாதயா?’

‘டே இவங்கிட்ட என்னடா பேச்சு! நாளக்கி இவனுங்க எப்படி பள்ளிக்கூடம் நடத்துறாங்கன்னு பாப்பம்!’

‘ஒண்ணும் உங்களால பண்ண முடியாது! நீங்கதாம்படுவீங்க நடத்துங்க பார்க்கலாம்!’

29

‘கமலா இங்க வாம்மா!’

‘சுந்தரேசன், சிகாமணியை நான் கூப்பிட்டேன்னு சொல்லுங்க’

‘சரிங்கய்யா’

மரத்தடியில் நின்று பேசிக்கொண்டிருந்தவர்களிடம் சென்று, ‘அய்யா ரண்டு அய்யாவுங்களயும் பெரியய்யா கூப்பிட்டாருங்கய்யா!’

‘என்னம்மா விசயம்?’

‘தெரியலிங்கய்யா!’

‘நாங்களே பாக்குறதுக்குதான் இருந்தோம். அவரே கூப்பிட்டதும் நல்லதுதான், வர்றோம்’

‘அய்யா, வணக்கம்!’

‘வணக்கம் அய்யா!’

‘வணக்கம், வாங்க!’

‘என்ன இப்படி பண்ணிட்டீங்களே?’

‘என்னங்கய்யா வந்ததும் வராததுமே இப்படிச் சொல்லிட்டீங்களே’

'நாங்க என்னய்யா அப்படிப் பண்ணிட்டோம்!'

'ரொம்ப பிரச்சினை பண்ணிட்டீங்க! பப்ளிக்கிட்ட ஏன் மோதணும்? அவங்க எந்தக் கட்டும் இல்லாதவங்க! என்ன வேணாலும் செய்வாங்க! நாம கவர்மெண்ட் சர்வண்டுங்க கொஞ்சம் அடங்கித்தான் போகணும்.'

'நேத்து நீங்க நேர்ல பாத்திருந்தீங்கன்னா, இப்படி சொல்ல மாட்டீங்க'.

'சிகாமணி நீங்க எதுவும் பேசாதீங்க! உங்களப் பத்தி எனக்கு நல்லா தெரியும். சுந்தரேசன்! நீங்க சொல்லுங்க? நீங்க பண்றது சரியா?'

'ஏங்க, சிகாமணியப் பிரிச்சிப் பேசறீங்க அவரும் நம்ம கூட வேல செய்யறவரு. நாம எல்லோரும் இந்த பள்ளிக் கூடத்துல ஒண்ணா இருக்கறவங்க இது பொதுப்பிரச்சனை. தனிப்பட்ட பிரச்சினை எதுவும் இல்லை. ஊர்க்காரங்க எல்லாத்தையும் குறை சொல்ல முடியாது ஆனா நேத்து நாலஞ்சி ரவுடிப் பசங்க வந்து என்ன அட்டகாசம் பண்ணிட்டாங்க தெரியுங்களா? அரசாங்க வேலைக்கு எல்லாருந்தான் வருவாங்க. பள்ளிக்கூடத்துல ஜாதி பாக்கலாமா? செல்லம்மா சத்துணவு போடக்கூடாதாம்! என்ன ஞாயமிது? அதுவுமில்லாம பசங்க சாப்பாட்டையெல்லாம் தட்டோடு பிடுங்கி மண்ணுல போட்றாங்க. 'வன்கொடுமைச் சட்டத்துல உள்ள தள்ளியிருக்கணும் அவங்கள.'

'என்னப் பேசறீங்க நீங்க! ஒரே நாளில் எல்லாத்தையும் மாத்த முடியுமா? நம்ப கொள்கையெல்லாம் நல்லாதான் இருக்கு. இந்த ஊர்ல ஒண்ணும் நடக்காது. ஊருக்குத் தகுந்த மாதிரி அனுசரிச்சித்தான் போகணும்'

'சார்! நீங்க பேசறது கொஞ்சங்கூடச் சரியில்லை! என்னசார் இந்தக் காலத்துல வந்து இதெல்லாம் பேசிக்கிட்டு! இது பப்ளிக் இன்ஸ்டியூஷன். இங்கெல்லாம் அவங்க சொல்றபடி நடக்க முடியாது. சாதி கீதியெல்லாம் இங்க நடக்காது. சட்டப்படி வேலை போட்டிருக்காங்க அவங்க வேலையில குறுக்கிடக்கூடாது. நமக்கேகூட அந்த அதிகாரம் கெடையாது'

'இங்க நீங்க எட்மாஸ்டரா? நான் எட்மாஸ்ட்ரா? என்ன! விடவிட ரொம்ப பேசிக்கிட்டே போறீங்க! கொஞ்சம் பாத்துப் பேசுங்க!'

'அய்யா நீங்க தலைமையாசிரியர்! நீங்க இதயல்லாம் கண்டிக்கிறத விட்டுட்டு எங்களக் கண்டிகிறீங்க! அவங்க வெறித்தனத்துக்கல்லாம்

நாம பயந்தும் போகக்கூடாது. பழைய பழக்கவழக்கத்துக்கு வக்காலத்தும் வாங்கக்கூடாது.'

'முறைப்படி ஏஇஓக்கு ரிப்போர்ட் பண்ணுங்க! அவரோட அனுமதியோட போலீஸ்ல ஒரு கம்ளயின்ட் பண்ணுங்க. நமக்குப் பாதுகாப்பு வேணும்!'

'அதெல்லாம் எனக்குத் தெரியும் நீங்க போயி ஒங்க வேலையப் பாருங்க. இங்க நாந்தாம்பாஸ். நா சொல்ற மாதிரி கேட்டிங்கன்னா உங்களுக்கு நல்லது. உங்க இஷ்டத்துக்கும் செஞ்சீங்கன்னா வர்றத அனுபவிச்சிக்குங்க!'

'என்னங்க! நம்ம பள்ளிக்கூடம் நம்ம ஆசிரியர், நம்ம சத்துணவு அமைப்பாளர், நம்ம ஆயாங்க நாம ஒண்ணா ஒத்துமையா இருக்கணும் தானே சொல்றேன். நீங்க அநியாயத்துக்குத் தொணை போறீங்களே! உங்ககிட்ட நா இத எதிர்பாக்கலங்கய்யா!'

'சும்மா நிறுத்துங்க! எடத்துக்குத் தகுந்தமாதிரிதான் நடந்துக்கணும். அரசியல்வாதி மாதிரியல்லாம் பேசக்கூடாது. முடிஞ்சா எனக்கு ஒத்துழையுங்க. இல்லன்னா பேசாம கெடங்க! பிரச்சினையெல்லாம் பண்ணக்கூடாது! இங்க நிக்காதீங்க போங்க!'

'அய்யா, பாதி பசங்களுக்கு மேலே வர்ல!'

'சுமதி! வந்தவரைக்கும் பிரசண்ட் போடுங்க! பாத்திங்களா நீங்க பண்ண வேலை, பிசி, எம்பிசி எல்லாம் பசங்கள நிறுத்திட்டாங்க!' இன்னும் என்னல்லாம் ஆகப்போகுதோ!'

'உங்களுக்கென்ன வீறாப்பு பேசிட்டுப் போயிடுவீங்க! நாந்தானே பதில் சொல்லணும்! சத்துணவுல எல்லாம் நாம தலையிடக்கூடாது. அது தனித்துறை, அவங்க பாத்துக்கட்டும். நீங்க ஏங்க அதுலயெல்லாம் தலையிட்றீங்க!'

'இங்க பாருங்க, அது இந்த பள்ளிக்கூடத்து வளாகத்துலதான் நடக்குது. நம்ப பிள்ளைங்கதான் சாப்பிடறாங்க கண்ணு முன்னால ஒரு அக்கிரமம் நடந்தா கைகட்டிட்டு இருக்கச் சொல்றீங்களா? தலைமையாசிரியரே எல்லாத்தையும் பாத்துக்க முடியாது. எல்லாரும் ஒத்துழைச்சாதாம் பள்ளி நல்லா இயங்கும். இத நா சொல்லி நீங்க தெரிஞ்சிக்கணுமா, சொல்லுங்க!'

'இல்ல என்ன சொல்றீங்க நீங்க ஊர்க்காரர எதுத்துப் பிரச்சினை பண்ணச் சொல்றீங்களா? வீணா வம்ப விலை கொடுத்து வாங்குடான்றீங்க! அவங்ககிட்ட போயி ஒதை வாங்குடான்றீங்க அப்பபடித்தானே!'

‘ஏங்க இப்படியெல்லாம் சிந்திக்கிறீங்க. நீங்க ஆசிரியரு, படிச்சவரு, எங்களுக்குத் தலைவரு நீங்களே இப்படிப் பேசறீங்களே. அய்யா காலத்துக்குத் தகுந்த மாதிரி நம்பக் கருத்த வளர்த்துக்கணும். பின்னாடி நோக்கிப் போகக்கூடாது. இதையெல்லொம் நீங்க எங்களுக்குச் சொல்லி வழி நடத்தணும். கொஞ்சம் மாத்தி யோசியுங்கய்யா! எல்லாம் மனுசர்தாங்கய்யா! மனுசருக்குள்ள பேதம் பாக்கலாங்களா?’

‘என்னை என்ன பிற்போக்குவாதி, சாதிவெறியன்னே முடிவு கட்டிட்டியா? போய்யா போய்யான்றேன்’.

30

‘தம்பி, அந்த வாத்தியாரு இல்லியா? எங்க போயிட்டாரு!’

‘இல்லிங்கம்மா, அவரு ஊருக்குப் போயிருக்காரு நாளை, இல்லன்னா நாள மறுநாளு வந்துடுவாரு! அவங்க அம்மாவுக்கு உடம்பு சரியில்ல, வைத்தியம் பாக்க சேலத்துக்குப் போயிருக்காரு. ஏதாவது முக்கியமான விசயமா?’

‘ஆங், இல்ல தம்பி, அவரு வரட்டும் அவருகிட்டயே பேசிக்கிறேன்’

‘சரிங்கம்மா! அவரு வந்துடுவாரு, என்னால ஏதாவது ஆகும்னா நாங் கூட செய்யறன் சொல்லுங்க பரவால்ல!’

‘ஒண்ணும் இல்ல, இவதான் பாஸ் பண்ணிட்டாளே! வாத்தியார் படிப்புக்குத் தம்பி எழுதிப் போட்டிடுந்திச்சி!’

‘ஆமா நானுந்தான்கூ. இருந்தேன். அதுதான் எடங்கெடச்சிடிச்சே!’

‘ஆமா நீங்க ரண்டு பேருந்தானே சேத்திட்டு வந்தீங்க. அங்க இங்க பொரட்டிச் சேத்துட்டோம். இப்ப எல்லாம் கேக்கறாங்க தம்பி தான் பேங்குல ஏற்பாடு பண்ணி தரன்னு சொல்லி போயி கேட்டுட்டு வந்தோம். உங்களுக்கு ஏற்கனவே கடன் இருக்கு. இதுக்கு யாராவது மாசச் சம்பளக்காரங்க கையெழுத்து போட்டு தருவாங்களாங்கறாங்க. அதான் தம்பி இருந்தா அவருகிட்ட கேக்கலாமுன்னு வந்தந்தம்பி!’

‘ஏங்கம்மா! அவரு வேற நா வேறயா? சம்பளக்காரங்கதான போடணும் நானே போட்றேன். நீங்க பேங்குக்குப் போங்க நா பள்ளிக்கூடத்துக்குப் போயி லீவு சொல்லிட்டு உடனே வந்திட்றேன்.’

எதிர்பாராத இந்த ஆதரவான பதிலால் மகிழ்ச்சியும் நன்றி யுணர்வும் ஒருசேர கண்களில் ததும்ப தலையை அசைத்துச் சம்மதம் தெரிவித்து வங்கியை நோக்கி நடந்தாள் மங்கா.

31

பள்ளிக்கூட சத்துணவுப் பிரச்சினை ஒன்றிய அலுவலகம் வரை வந்துவிட்டது. அன்று தகராறு செய்தவர்களோடு இன்னும் சிலர் சேர்ந்து கொண்டு வட்டார வளர்ச்சி அலுவலரைச் சந்தித்துப் புகார் கூறினார்.

‘சார் எங்க ஊருல பள்ளிக்கூடத்துல கண்டவங்களல்லாம் சமையல் செய்ய வெச்சா எங்க புள்ளங்க எப்படி சாப்பிடறது?’

‘கண்டவங்களா? தகுதியிருக்கிறவங்களதான் போட்டிருக்கிறோம். என்ன பிரச்சினை?’

‘சார் எஸ்.சி பொம்பள எதுக்குங்க சோறுஆக்கணும்? அவ கையில் ஆக்கறது, அவ கையில் போடறது அது எங்க புள்ளங்க சாப்பிடறது சரீங்களா? ரண்டு பிசி பொம்பளங்கள ஆக்கவுடுங்க அவங்களயே சாப்பாடு போடவுடுங்க!’

‘இதல்லாம் இங்க பேசக்கூடாது. எல்லாருக்கும் அரசாங்கத்துல வேல தர்றாங்க! அவங்களுக்கும் கெடச்சிருக்கு! அவங்க சமயலுக்குன்னு போட்டிருக்கிறவங்க அவங்கதான் சமைப்பாங்க அவங்களுக்குள்ளே மாத்திக்கிட்டா நா கேக்கமாட்டேன். ஆனா நா கட்டாயப்படுத்த முடியாது. இப்படியெல்லாம் கேக்கக்கூடாது’

‘இல்லசார் அந்தப் பொம்பளய மாத்திடுங்க சார்!’

‘வேற ஊருக்கு மாத்தினா அந்த ஊருக்காரரு வந்து கேக்க மாட்டாங்களா? நீங்களா ஏதாவது தீர்வு பண்ணிக்குங்க. அவங்க மேல எதாவது புகார் இருக்கா எளுதிக் குடுங்க! நடவடிக்கை எடுக்கலாம். இதுக்கல்லாம் நடவடிக்கை எடுக்க முடியாது’

‘ஆமா சார், முட்டைகள ஒளுங்கா போட்றதில்லை, அரிசி முதலானத வித்துப்புடறாங்க. அவங்க வெக்கிற சாம்பார வாயில வைக்க முடியாது. பருப்பப் போட்டாதான! தண்ணி தண்ணியாக்கீது கொளம்பு!’

‘அதயெல்லாம் சொல்லிக்கிட்டிருக்காதிங்க எளுதிக் குடுங்க நா பாத்துக்கிறன்’.

அவர்களில் எழுதத் தெரிந்த ஒருவர் ஒரு முழு நீளத்தாளில் மேற்கூறிய குற்றச்சாட்டுகளை அடுக்கி நிரப்பி, வந்திருந்தவர்களிடம்

கையொப்பம் பெற்று அதிகாரியிடம் கொடுத்தனர். அவர் அதைப் பெற்றுக் கொண்டதும் எல்லோரும் பேசிக் கொண்டும் சிரித்துக் கொண்டும் வெற்றிக் களிப்புடன் வெளியே வந்தனர்.

32

அடுத்த நாள் செல்லம்மாவை வட்டார வளர்ச்சி அலுவலகத்துக்கு வரவழைத்து, அவர் வேலை செய்யும் ஊரிலிருந்த 3 கி.மீ தொலைவில் உள்ள பொன்னேரிக்கு மாறுதல் செய்த உத்தரவு வழங்கப்பட்டது. அதிர்ச்சியால் செல்லம்மாவுக்கு எதுவும் பேச முடியவில்லை. உத்தரவை கையில் வாங்க மிகவும் தயங்கினாள்.

‘இங்க பாரும்மா, இப்பல்லாம் வேலை கிடைக்கிறதே ரொம்ப கஷ்டம். விதவைங்கறதால உனக்கு வேலை கிடைச்சிருக்கு. நீ வேலை செய்யற ஊர்லதான் பெரிய பிரச்சினையா இருக்குதுல்ல! அங்கேயே இருந்தா அடிக்கடி பிரச்சனைமேல் பிரச்சினை குடுத்துக்கிட்டே இருப்பாங்க. அதனால உனக்கு சௌகரியமான ஊருக்கு மாத்தியிருக்கோம். போயி அங்கயாவது பிரச்சினை வராம பாத்துக்கோ. உடனே போயி சேந்திரு என்ன?’

‘நா ஒரு தப்பும் பண்ணலிங்களே அய்யா! அவங்கதான் அதுாரா வந்து கலாட்டா பண்ணாங்க. அந்த ஊருக்கு மூணு கி.மீ. நடந்துதாங்கய்யா போவணும். தெனம் ஆறு கி.மீ. நடக்கணும்’.

‘அதுக்கு நாங்க என்ன செய்ய முடியும்? எங்களுக்கு இது ஒண்ணே வேலையா? ஆயிரம் பிரச்சினை. நீ போம்மா உன் வேலையக் காப்பாத்திக்க. எங்கு செஞ்சாலும் வேலதான். போ சேந்திடணும் செரியா?’

கண்கள் கலங்க, பொங்கி வரும் விம்மலை அடக்கியவாறு வெளியே வந்த செல்லம்மா திக்பிரமை பிடித்தாற்போல் வராந்தாவிலுள்ள தூண் மீது சாய்ந்து வெறித்தவாறே நின்றாள். தன்னோடு பணிபுரியும் கமலா செல்லம்மாவை ஆதரவோடு அணைத்துப் பிடித்துக் கொண்டு அழைத்து வந்தாள்.

‘வக்கத்தவங்க, வகையத்தவங்களுக்கு ஏதோ நம்ம வவுத்தக் களுவுறதுக்கு இந்த வேலை கெடைச்சிருக்கு. இதைவிட்டாலும் நமக்கு வேற போக்கில்ல! என்னா பண்றது? வருத்தப்படாத செல்லம்மா. நம்ம கையில என்னா இருக்கு? நம்மால என்ன செய்ய முடியும்? நமக்கு யாரத் தெரியும்? கச்சிக்காரங்கள மீறி நாம என்னா செய்ய

முடியும்? போ செல்லம்மா? நமக்கு என்னா வடக்கபாத்தா வாளத் தோப்பு தெக்கப் பாத்தா தென்னந்தோப்புமா கீது? நமக்குக் கஞ்சி ஊத்தற இதயும் வுட்டுட்டா நாம எங்கப் போறது? நீதான் எல்லாத்தையும் எடுத்துப் போட்டுக்கினு செய்வே! நீ இல்லாத நா எப்படி அமுட்டுப் புள்ளங்களுக்கு எப்படி என்னான்னு ஒண்ணுமே புரியல. பொன்னேரி தான! நமக்குப் பளக்கமான ஊரு தானே? போயா தகிரியமா? பூவிதான் அங்க சத்துணவு டீச்சரு. உனுக்குதான் அவள நல்லா தெரியுமே! என்னா கொஞ்சம் வெடுக்கு வெடுக்குன்னு பேசுவா! மத்தபடிக்கு மனசுல ஒண்ணும் வச்சிக்கமாட்டா!' செல்லம்மாவை ஒருவாறு தேற்றி அருகில் உள்ள தேனீர் கடைக்கு அழைத்துச் சென்றாள் கமலா.

அன்பின் வலிமையில் நட்பின் உரிமையில் கரைந்து போனாள் செல்லம்மா.

33

'அய்யா, இத சும்மா விடக்கூடாதுங்கய்யா! ஊருல இருக்கிற பசங்களக் கிளப்பிவிட்டதே இவருதாங்கய்யா! இதுவரைக்கும் இந்த மாதிரி ஆனதில்ல. இவரு எப்ப வந்தாரோ அப்பவே இந்த ஊரு கெட்டுப் போயிடிச்சிங்கய்யா! முதலமைச்சர் வரைக்கும் தட்டி விட்டுட்டு, ஓர் ஆர்ப்பாட்டத்துக்கும் ஏற்பாடு செஞ்சாதாங்கய்யா இது சரிவரும். இவர சும்மா விடக்கூடாதுங்கய்யா!'

அய்யாதுரை ஆவேசமாய்ப் பொழிந்து தள்ளினான். 'ஊரு சேரின்னு நாங்க பாக்கிறதில்லங்கய்யா இப்ப பாருங்க ரொம்பக் கெட்டுப்போச்சி!'

'சரி! சரி! ஆத்திரப்படாதே!'

'எப்படிங்கய்யா ஆத்திரப்படாம இருக்க முடியும்? நேத்திலிருந்து எனுக்குத் தூக்கமே வரல்லிங்கய்யா! விளையாட்டாகட்டும் இலக்கியமன்றமாகட்டும் நாங்க ஒண்ணாதானே இருந்து வர்றோம். இந்த மனுசன் வந்து எல்லாத்தையும் நாசப்படுத்திட்டாரு!'

'என்ன அது, விண்ணப்பம் மாதிரி இருக்கு குடு பார்க்கலாம்'

'இத உங்ககிட்ட அப்புறம் காட்டலாமுன்னு இருந்தேன். எப்படியும் உங்களுக்குத் தெரியாமலா இத அனுப்பப்போறம்! நீங்க இதப் பாக்குறதும் நல்லதுதான். சரியா அமைஞ்சிருக்கா? இன்னும் ஏதாவது சேக்கணுமா? நீக்கணுமான்னு பாருங்கய்யா!'

'என்ன அய்யாதுரை இது?' அவருமேல பெட்டிசன் எழுதியிருக்கீங்க. இதெல்லாம் இப்ப வேணவே வேணாம். அதுக்கெல்லாம் நேரம் இருக்கு அப்பப் பாத்துக்கலாம். இப்ப அவசரமா என்ன செய்யணுமோ அதை யோசிப்போம்.'

அந்த புகார்க் கடிதத்தை அதாவது பெட்டிசனைச் சுக்கு நூறாகக் கிழித்துக் கசக்கி எறிந்து விட்டான் சுந்தரேசன்.

'அய்யாத்துரை நான் சொல்லறத நல்லா கவனமாக் கேளு, கேசவனா, வாவா, வா எழில்! வேலா, வா வா. நல்ல சமயத்துல முக்கியமானவங்க வந்தீட்டிங்க! இப்ப நாம உடனடியாச் செய்ய வேண்டியது என்னன்னா சாதியக் காரணங்காட்டித்தான் செல்லம்மாவுக்கு மாறுதல் குடுத்திருக்கிறாங்க இல்லையா?'

'ஆமாங்கய்யா இத மன்னிக்கவே முடியாத பெரிய கொடுமை!'

'அந்தக் கொடுமைக்கு உடனே முடிவு கட்டணும்!'

'அவங்களதான் மாத்தியே உத்தரவு போட்டுட்டாங்களே!'

'போட்டா என்ன? போட்டவங்களையே மாத்திப் போட வைக்கணும். நீங்க நெனைச்சா அது முடியும்?'

'அப்படீங்களா? சொல்லுங்க சொல்லுங்க! நாங்க என்ன செய்யணும்?'

'உங்க இளைஞர் மன்றம் பேரிலேயே ஒரு விண்ணப்பம் தயார் பண்ணுங்க. உங்க தலைவர், செயலாளர் இன்னும் உள்ள பொறுப்பாளர்கள், பொதுமக்கள்கிட்ட எவ்வளவு கையெழுத்து வாங்க முடியுமோ அவ்வளவும் வாங்குங்க. இளைஞர்களா சாதி பாக்காம எல்லாச் சாதியும் வர்றமாதிரி ஒரு ஐம்பது பேரத் திரட்ட முடியுமா?'

'ஓ, தாராளமாக முடியுங்கய்யா! எல்லாரும் பொங்கல் விடுமுறைக்கு வந்திருக்காங்க. அவங்களும் கொதிச்சப் போயிருக்காங்க!'

'அப்படியா, நல்லதாப் போச்சி, இந்த விண்ணபத்த எடுத்துக்கிட்டுப் போயி வட்டார அலுவலரைப் பாத்து அமைதியா, ஆனா உறுதியா கோபமில்லாம பொறுமையா பேசுங்க! இந்த மாறுதல் உத்திரவை ரத்து செய்யணும் செல்லம்மா இந்த பள்ளிக்கு வரணும். அத மட்டுமே வலியுறுத்துங்க. முடியாதுன்னா, நாங்க இங்கேயே மறியல் பண்ணுவோம்னு அலுவலக வாசலுக்கு முன்னாடியே உக்காந்துக்குங்க. அப்புறம் என்ன நடக்குதுன்னு பாப்போம். ஒண்ண மட்டும் உறுதியா வச்சிக்குங்க! செல்லம்மா மாறுதல் உத்தரவை ரத்து

செய்யற வரை நாங்க போராடுவேங்கறத அதிகாரி உணர்ற மாதிரி இருக்கணும்.'

'அவங்க எப்படி நடந்துக்கிறாங்களோ அதை வச்சி நீங்களே அதுக்குத் தகுந்தமாதிரி முடிவு செய்யுங்க! போராட்டத்தில குதிச்சிட்டீங்கன்னா உங்களுக்கே நிலைமைக்கேற்ற மாதிரி முடிவு எடுக்கிற பக்குவம் வந்திடும். போங்க, ஒரே மனசோடு போங்க! வெற்றியோடு தான் வரணும் சரியா?'

'சரிங்கய்யா!'

'இதப்பத்தி வெளியில அதிகமா சொல்ல வேணாம். தானா தெரிஞ்சிக்கிட்டாங்கன்னா தெரிஞ்சிக்கட்டும். அதுவும் நல்லதுதான்.'

34

'என்ன மாரியம்மா, நல்லா இருக்கீங்களா?'

'வாங்க வாங்க இப்பதான் எங்க வூட்டுக்கு வளி தெரிஞ்சிதா? இங்கதான இருக்கிறீங்க அப்பப்ப ஒரு எட்டு வந்துட்டுப் போகலாமில்ல!'.

'வரக்கூடாதுன்னுல்லாம் இல்ல. அப்பப்ப ஏதாவது முக்கியமான வேலை வந்திடுதா? உடனே ஓடிப் பாக்கவேண்டி வந்திடுது. என்ன செய்யறது? நெலத்த கொஞ்சம் வச்சிகிட்டு நாபட்ற பாடு இருக்குதே! பள்ளிக்கூடத்துக்கு வந்தால் கொஞ்சம் நிம்மதி. என்ன பண்றது? நெலத்த சும்மா வச்சிக்கிட்டிருந்தாலும் கேக்கறவங்களுக்குப் பதில் சொல்ல முடியல. அதுவும் ஊரை அணைச்சாப்பல, தடத்தோரமா வேற கீதா,போறவங்க வர்றவங்களுக்கே பதில் சொல்ல முடியல. எப்படிச் செஞ்சாலும் எதுனா ஒரு குறைய கண்டுபிடிச்சிட்றாங்க'

'பாரு நா ஒருத்தி வந்த ஒரம்பரைய நிக்க வெச்சே பேசிக்கிட்டுக் கீறன்'.

'ஏ, மங்கா எங்கியா போயிட்ட புள்ள, உங்க மருகப்புள்ள வந்துகீறாங்க வா வந்து பாருயா!'

'வாங்க மருகப்புள்ள! நாங்கள்ளாம் கீறமா போயிட்டம்மான்னு பாக்க வந்தீங்களா?'

'அப்படியெல்லாம் இல்ல அத்த! வேலைக்கு மேலே வேல வந்துக்கீனே கீதா? நா வரணும் வரணும்னுதான் நெனக்கிறது. யாராவது ஒருத்தரு எதுனா ஒரு வேலைக்கு அவசரமாக் கூட்டிக்கினு போயிடறாங்களா, அதிலயே கவனம் போயிடுது. என்னா பண்றா பொன்மணி? வீட்டில இருந்துகிட்டே படிக்கிறாளாமே! பரவால்ல! எப்படியோ அவ பளசயெல்லாம் மறந்துட்டு நல்ல வாழ்க்கை அமைஞ்சா சரி!'

'எல்லாம் உங்க ஸ்கோலு வாத்தியாருங்க ஒதவிதான். அவங்க தான் நம்ப ஊட்டுல தங்கியிருக்கிறாங்க. அவங்க ஒதவியில்லன்னா எங்களுக்கு எங்க இதல்லாம் தெரியப் போவுது? நல்ல தம்பிங்க? நல்லாருக்கணும்!'

'அப்படியா, பரவால்லியே! அவங்க உங்க வீட்டிலதான் இருக்குறாங்கன்றது தெரியும் அதுகூட கொஞ்ச நா களிச்சிதான் தெரிஞ்சிகிட்டன். அவங்க இவ்வளவு ஒத்தாசையா இருக்கிறது எனக்குத் தெரியல. பரவால்ல, உங்க புள்ளக்கி நல்லதுதான பண்ணியிருக்கிறாங்க. இருக்கட்டும். அவங்க யாரு என்னான்னு விசாரிச்சிதான் வீட்ட விட்டீங்களா?'

'அந்த தம்பி அவரு பேரு என்னமோ சொன்னாங்களே அவரு நம்மாளுதான்னு கூசமுட்டு வேடிப்பன்கூட வூடு வுட்ட பிற்பாடு அஞ்சாரு மாசங்களிச்சி சொன்னான். அவங்க புள்ளையக் குடுத்த வகையில அவ மாமியாருக்கு தூரத்து சொந்தம்னு எனுமோ பேச்சி வர்றப்ப சொன்னான். சரி நம்பாளுதானேன்னு எனுக்கும் புடிச்சிகிச்சி. யாராந்தா என்னா? நம்பூருக்குப் படிச்சிக் குடுக்க வந்து கீதுங்க இந்தப் பட்டிக்காட்டுல எங்க போயி தங்கும்? சும்மாதான, கெடக்குது இந்துட்டுப் போகுட்டுமேன்னு வுட்டுட்டேன்'.

'நானேகூட கேக்கலாமுன்னுதான் இருந்தேன். பரவால்ல நீங்களே பாத்துவுட்டுட்டீங்க. நம்மாளுகூட இருக்கிற அந்த ஆளு வேற ஆளுதான். இருந்தா என்னா பலான ஆளாதான் இருக்கட்டுமே என்ன கெட்டுப்போச்சி? இப்ப? படிச்ச ஆளு வாத்தியாரு! இருந்துட்டுப் போகட்டும். அத்தை நீங்க இத வெளியில யாருகிட்டயும் சொல்லிடாதீங்க எனக்கும் உங்களுக்குந்தான் தெரியும். இது நம்மளோடயே கீட்டும். வெளியில தெரிஞ்சா ஊர்ல பிரச்சினை ஆயிடும்'

'பொன்மணி ஒரு சில்வர் டம்பளரில் சூடான காபியை கொண்டு வந்து நீட்டினாள். பரவால்லியே! பொன்மணி அதுக்குள்ள காபி போட்டுக்கிட்டு வந்துட்டே! சரிங்க அத்தை, நா வர்ட்டுமா? மாரிம்மாக்கா இதை ஒண்ணும் பெரிசுபடுத்த வேணா, நா வரட்டுமா?'

35

'வணக்கம் டீச்சர்!'

'சரி, எல்லாம் உட்காருங்க,

'இனிமே வணக்கம் டீச்சர்னு சொல்ல வேணா. வணக்கம் அக்கான்னு சொல்லணும் செரியா? எங்கே சொல்லுங்க!'

'வணக்கம் அக்கா!'

சில குரல்கள், 'வணக்கம் டீச்சர்!'

என்று வரவே, 'கொஞ்சம்பேர்

டீச்சர்னுதான் சொல்றீங்க!

எங்க, மறுபடியும் சொல்லுங்க!

'வணக்கம் அக்கா'

'ஆம்! அப்படித்தான்!'

'எங்க எண்ணிக்கையில நாலு பேரு கொறையுது!'

'அவங்கள்ளாம் ஏரிக்கரையில வெளையாடிக்கிட்டு இருக்காங்க டீச்சர்!'

'மறுபடியும் டீச்சர்னுதான சொல்றீங்க!'

'அக்கான்னு தான் கூப்பிடணும். என்ன!'

'செரிங்க டீச்சர்!'

'பார்றா இவன!'

'சரிங்க்கா'

'ஆங் அப்படித்தான் சொல்லணும்'

ஒருவன் வேர்க்க விறுவிறுக்கப் பதற்றத்துடன் ஓடிவந்தான்.

'டீச்சர் டீச்சர் ஏரியில ஏரியில வுளுந்திட்டாங்க!'

'என்னடா சொல்றான் வா போலாம்'

ஆமாங்க டீச்சர் சண்முகம், விசுவநாதன், வடிவேலு சொல்லி முடிக்கும் முன்,

ஓட்டமும் நடையுமாக மாணவனும் ஆசிரியையும் ஏரிக்கரையை நோக்கி விரைந்தனர்.

ஒருவன் தத்தளித்துக் கொண்டே கையாட்டினான்.

'வா, வா! இன்னுங்கொஞ்சம் முன்னாடி வா எங் கையப்பிடி... நீரில் இறங்கி அவனது கையை நோக்கித் தன் வலது கையை நீட்டி நீட்டி நகர்ந்து கொண்டே செல்ல மார்பளவு நீருக்குள் இறங்கிவிட்டாள் சுமதி டீச்சர். சோகமயமான குரல்மனதை வாட்ட மேலும் கொஞ்சம் நகர்ந்தாள் ஒரு விரல் பட்டதும் பிடிப்பதற்குள் அது நழுவிவிட்டது. இப்போது கழுத்தளவுக்கு நீர் வந்துவிட்டது எப்படியோ அவன் கையைப் பிடித்துவிட்டாள். அது அந்தக் கை வலுவாக இழுக்கத் தொடங்கியது. நீரில் தத்தளிப்பவர்களின் முடியைத்தான் பிடிக்க வேண்டும் என்பது சட்டென்ற நினைவில் தட்ட, கையை வேகமாக இழுத்தாள். இழுத்த வேகத்தில் அவன் காது கொஞ்சம் கிட்டவர, இப்போது முடி கையில் கிடைத்துவிட்டது. காலை நன்றாக ஊன்றித் தனது தலையை நீரிலிருந்து மேலே தூக்கி ஒரு கையால் நீரை அளாவி அளாவிக் கரையை நோக்கி வர முயன்றாள். நீருக்குள் இழுத்து வருவதில் கொஞ்சம் லகுவாக இருந்தது. கால் ஊன்ற ஊன்ற சேறு வழுக்கி வழுக்கி நீரில் சரிய வைத்தது. சிறுவயதில் அப்பா கற்றுக் கொடுத்த நீச்சல் கைகொடுத்தது. விழுந்து எழுந்து நீந்தி கரைப்பகுதிக்கு அவனை இழுத்து வந்துவிட்டாள். அவளும் களைத்துக் கரையில் சாய்ந்து விட்டாள்.

பின் ஒருவாறு சுதாரித்துக் கொண்டு எழுந்து அவனைக் கவிழ்த்துப் படுக்க வைத்து முதுகை நன்கு அழுத்தினாள். வாயிலிருந்து தண்ணீர் குபுக்குபுக்கென கொட்டியது. அவன் லேசாக கண்விழித்துச் சைகை காட்டினான். மேலும் மூவர் நீருக்குள் விழுந்து விட்டதைப் புரிந்து கொண்ட சுமதி புடவையை தொடைகளுக்குமேல் ஏற்றி நன்கு செருகிக் கொண்டு விடுவிடென்று நீருக்குள் பாய்ந்தாள். இப்போது இன்னும் ஒருவனது முடி சட்டெனக் கிடைத்து விட்டது. அவனைக் கரை சேர்த்து அங்கிருந்த மற்றொரு மாணவனிடம் அவனது வயிற்றை நன்கு அழுத்துமாறு சொல்லிவிட்டு மீண்டும் நீருக்குள் இறங்கினான். நீந்தி நீந்தி நடுப்பகுதிக்கு வந்தாள். சிறுவர்கள் இருப்பதற்கான தடயம் அகப்படவில்லை. முழுகிக் கீழே சென்றாள். ஒருவன் முழுகிக் கீழே செல்வதைக் கண்டாள். அவனது முடியைப் பிடித்தாள். பற்றி இழுத்துக் கொண்டு மேலே எம்பினாள். எம்ப எம்ப அவளையும் சேர்த்துக் கீழே இழுத்தது. வலுவாக ஒரு கையால் தண்ணீரை அளைந்து அளைந்து விலக்கி விலக்கி மேலே வர முயன்றாள். இப்போது கொஞ்சம் லகுவாக

அவனும் சேர்ந்து வரத் தொடங்கினான். இன்னும் கொஞ்சம் தூரம்தான் கரையை எட்டி விடலாம். சடக்கென முடி கையிலிருந்து இழுத்துக் கொண்டது. முழுகிக் கீழே செல்லும் அவனது முடியை இறுகப் பற்றினாள். பற்றி இழுக்க இழுக்க இவளும் கூடவே கீழேயே இழுக்கப்பட்டாள். விட்டுவிடலாமா? இவ்வளவு முயற்சி செய்தும் ஓர் உயிரைக் காப்பாற்ற இயலவில்லையே! விட்டுவிட்டால் நாம் மட்டுமாவது பிழைத்துக் கொள்ளலாம். இப்போதுதான் வேலைக்கு வந்தோம். அம்மா, அப்பா, தம்பி, தங்கை நினைவுக்கு வருகிறார்கள். வறுமையான குடும்பம் நமது குடும்பத்துக்கு நாம் தானே ஆதாரம். தப்பித்துவிடலாம் விட்டு விட வேண்டியதுதான். என்ன செய்வது? முடிந்தவரை முயன்றோம் முடியாதபோது நாம் மட்டுமாவது தப்பிக்க வேண்டியதுதான். இந்தச் சிறுவனைக் காப்பாற்ற வந்து பாதியில் நாம் மட்டும் தப்பிப்பது நியாயமா? எண்ணங்கள் நினைவுகளாகி நினைவுகள் மீது மெல்லிய திரை மூடத் தொடங்கியது திரை கனமானது இருள் இருள் மேலே குமிழியிட்டுக் கொண்டு காற்று வெளியானதை யாரும் பார்த்தார்களோ என்னவோ செய்தி பரவி கரையில் கூட்டமான கூட்டம்.

காக்கைகள் மேலே வட்டமிட்டுக் கொண்டு காகாவெனக் கரைந்தன. கரையிலோ மக்கள் புலம்பிக் கொண்டும் தவித்துக் கொண்டும் கதறிக் கொண்டுமிருந்தனர். நன்கு நீச்சல் தெரிந்த இரண்டு மூன்று இளைஞர்கள் நீரில் குதித்து முழுகிச்சென்று தேடினர். சிறிது நேரத்தில் ஒரு சிறுவனின் உடல் மேலே தெரிந்தது, 'அய்யோ, அய்யோ, மகனே செல்லமே! என்ற கதறல் காற்றைக் கிழித்துக் கொண்டு நீரின் அலைகளில் மோதியது. மேலே தெரிந்த உடல் மீண்டும் உள்ளே அமிழ்ந்தது. உடனே அதன் இக்கட்டான அபாய நிலையை உணர்ந்த ஓர் மீனவ இளைஞன் தொபுகடீர் எனக் குதித்தான். அடுத்த ஐந்தாறு நிமிடங்களில் அச்சிறுவனின் காலை இறுகப் பிடித்துக் கொண்டிருந்த இன்னொரு சிறுவனின் உடலுடன் அவன் இறுக்கமான கைப்பிடியோடு ஒரு இளம்பெண்ணின் உடலும் மேலே வந்தது. முதலில் குதித்த இளைஞனும் மிகுந்த அயர்ச்சியுடன் உடல்களோடு மேலே வந்தான். கூட்டத்தினரின் புலம்பலும் அழுகையும் கட்டுப்படுத்த முடியாமல் பேரவலப் பேரொலியாய்ச் சூழலைச் சோகமயமாக்கியது. நடுத்தர வயதைக் கடந்த ஒரு பெண் மார்பிலும் தலையிலும் மாறி மாறி அடித்துக் கொண்டு சிறுவனை வாரி அணைத்துக் கொண்டு கதறினாள். அவள் கதறித் துடித்து அழுத காட்சி அனைவர் கண்களிலும் தாரை தாரையாய்க் கண்ணீர். அந்தத் தாயின் துடிப்பை அடக்க முடியாது தவித்தது கூட்டம்.

அருகிலேயே பத்து இருபது பெண்கள் முன் பின் அறிமுகமே ஆகாத அந்த இளம்பெண்ணின் உடலைச் சூழ்ந்து முகத்தை வருடி நெஞ்சில் அடித்துக் கொண்டு விம்மினர். அரற்றினர், அழுதனர், கதறினர், துடித்தனர். அடுத்த ஐந்து நிமிடத்திற்குள் பள்ளிச் சிறுவர் சிறுமியர் ஆசிரியர்கள் எனப் பெருங்கூட்டம் கூடி விட்டது. குழந்தைகள் கண்ணில் நீர் மல்கக் கதறிக் கதறித் துடித்தனர். தலைமையாசிரியர் முகத்தில் ஈயாட வில்லை. சுந்தரேசனும் சிகாமணியும் சுமதி ஆசிரியையின் குடும்பத்தினருக்குத் தகவல் கொடுப்பதில் முயன்றனர். உடனே பள்ளிக்குச் சென்று சுமதியின் பையில் உள்ள அலைபேசியை எடுத்து அவளது அப்பாவின் எண்ணைத் தேடியெடுத்து தகவல் கொடுத்தான் சுந்தரேசன்.

பள்ளி வளாகத்தில் பெருங்கூட்டம். காரசாரமான வாக்கு வாதங்களால் சூழல் சூடேறிக்கொண்டிருந்தது.

'பள்ளிக்கூடமா நடத்துறீங்க! புள்ளங்க வந்தாங்களா, போனாங்களான்னுகூட பாக்கறதில்லையா? ஒரு எட்மாஸ்டரு ரண்டு வாத்தியாருங்க, மொத்தம் மூணு ஆம்பிளங்க தடிதடியா இந்துக்கினு பாவம் அந்த பொம்பள டீச்சர அனுப்பிக்கீறங்களே உங்களுக்கு வெக்கமா இல்ல! என்னயா பள்ளிக்கூடம் இது? சும்மாவுடக் கூடாது இவங்கள. ரெண்டு பசங்கள பறிகொடுத்துட்டுக்கீறாங்களே அவுங்களுக்கு என்னா சொல்லப் போறீங்க?'

கோபத்தில் தலைமையாசிரியரின் சட்டையைப் பிடிக்கப் போனான் நாகராஜன். ஆவேசமாக சுப்பிரமணி அவனைத் தடுத்து விலக்கி, 'பேசிக்கலாம் நாகராஜி! இப்பல்லாம் வேணா!' இவராப் பாத்துப் பசங்களப் போவச் சொன்னாரு! இவரப் பேசி என்னாவறது? வுடு வுடு!'

'என்னாப் பேசறநீ! இவுருதான எல்லாத்துக்கும் பொறுப்பு. பசங்க காணம்னா பொம்பள டீச்சரத்தான் அனுப்பறதா? ஏ, இவனுங்க போகக் கூடாதா. பாவம் அந்தப் பொண்ணு காப்பாத்தப் போயி அதுவும் போயிடிச்சி!'

'என்னாடா அக்கரமம் இது? இவனுங்கள சும்மாவிடக்கூடாது'

ஒரே கூச்சல்! யார் பேசுவதும் சரியாகப் புரியவில்லை. குமரேசன் பெருமுயற்சி செய்து தகராறு செய்பவர்களை அடக்கி, 'கொஞ்சம் எல்லாம் அமைதியாக் கீறிங்களா? ஆளாளுக்கு கூச்சல் போட்டா எப்படி? நடந்தது நடந்து போச்சின்னு வுட்டுட முடியாதுதான். அதுக்கு

கூச்சல் போட்டு ரகள பண்ணா எப்பிடி! நம்மூரு நம்ம பள்ளிக்கூடம். அதுக்குள்ள பாரு ரண்டு மூணு நாற்காலி பெஞ்ச ஒடைச்சிட்டீங்க! என்னா அர்த்தம் இது! சண்முகம் எல்லாரும் வாங்க அந்த மரத்து நெழல்ல ஒக்காருவம். ஒக்காந்து பேசுவோம். சும்மா என்னாத்துக்கு கலாட்டா பண்ணிக்கிட்டு!'

பெருங்கூட்டத்துக்கிடையே காவல்துறையினர் நான்கைந்து காவலர்கள் வந்தனர். கூட்டம் விலகி வழிவிட்டது. பெருங்கூச்சலில் ஒருவர் பேசுவது மற்றொருவருக்குப் புரியவில்லை. சிறுவர் சடலங்களுக்கருகே அச்சிறுவர்களின் பெற்றோர் உறவினர் கதறிய கதறல் எல்லாரையும் கண்கலங்க வைத்துவிட்டது. காவல் ஆய்வாளர் கூட்டத்தில் உள்ள பெரியவர்களைப் பார்த்து விசாரித்தார். 'யாருப்பா இந்த ஊருக்குப் பெரியதனக்காரர்? விஏஓ வந்துட்டாரா?'

'இருக்காருங்க அய்யா!'

'அய்யா, வணக்கம்!'

கிராம நிர்வாக அதிகாரியின் வணக்கத்திற்குத் தன் ஆட்காட்டி விரலால் பதில் வணக்கத்தைச் செலுத்திவிட்டு 'ரிப்போர்ட் எழுதுங்க, கையெழுத்தப் போட்டுக்குடுங்க. யார் எட்மாஸ்டர்?'

'சாருதாங்க!' என்று ஒருவர் கைகாட்டினார்.

'ஸ்கூல் டைம்லதான் இது நடந்திருக்கு. அதனாலதான் லேடி டீச்சர் போயி அவங்களும் மாட்டிக்கிட்டிருக்காங்க! என்னங்க இது? ஆம்பள வாத்தியாருங்க யாரும் போகக்கூடாதா?'

தலைமையாசிரியர் சுதாரித்துக் கொண்டு 'பள்ளிக்கூடம் விட்ட பிறகுதாங்க சார் இது நடந்திருக்கு!'

'அப்ப டீச்சர் எப்படி இங்க வந்தாங்க?'

'அவங்க இந்த வழியாத்தான் வீட்டுக்குப் போவாங்க அந்த சமயம் பாத்து இந்தப் பசங்க தத்தளிச்சிக்கிட்டு இருந்திருக்காங்க உடனே காப்பத்தணும்னு இறங்கிட்டிருக்காங்க!'

'என்ன சார் ரெண்டு வாத்தியாருங்க ஏதும் பேசாம இருக்கீங்க!'

'தலைமையாசிரியருதான் பேசிக்கிட்டிருக்கிறாங்களே!'

'சரி, எட்மாஸ்டர் ஒரு ஸ்டேட்மெண்ட் எழுதித் தரணும் ஸ்டேசனுக்கு வாங்க! நீங்களும் வாங்க'

கூச்சல், கூப்பாடுகளுக்கிடையே பெரும் முயற்சியில் தாய்மார்களின் இரும்புப் பிடியிலிருந்து இரு சிறுவர்களின் உடல்களையும் விடுவித்து வாடகைக்கார்களில் ஏற்றினர். ஆசிரியையின் சடலமும் ஒரு வண்டியில் ஏற்றப்பட்டு - அரசு மருத்துவமனைக்குச் சென்றன. சிறுவர்களின் தாய்மார்களும் உடன் வண்டியில் அழைத்துச் செல்லப்பட்டனர்.

36

'ஏ, மங்கா, பாவம் அந்தத்தம்பி, அதப்பத்தி இந்தக் குண்டுப் பட்டியான் மவன் இப்படிச் சொல்லிட்டுப் போயிட்டானே! அதப்பாத்தா அப்படியா தெரியுது? பெரிய வவுத்துப் புள்ள மாதிரிதானயாக்கீது! ஒருக்கா அப்பிடி இந்துட்டா என்னா பண்றது? எனுக்கு ஒண்ணும் புருவு சிக்கல!'

'தவுதாயப்படாத! மொதல்லியே தெரிஞ்சிந்தா வூடு இல்லப்பான்னு சொல்லிட்டிருக்கிலாம். தாயா புள்ளயா பளகி அதுவும் நமுக்கு எவ்வளவோ ஒத்தாசையும் பண்ணப்பொறவு எப்பிடிதாம் போவச் சொல்றது?'

'கூட்டினு வந்து வூடு கேட்டு வந்தவனாச்சி இப்படி இப்படி இவன் இந்த ஆளு உனக்கு சம்மதமான்னு கேட்டுத் தொலைச்சிருந்தானா?'

'அவன் எப்படிச் சொல்லுவான். சொல்லி இந்தா நீ வூடு வுட்டிருப்பியா!' அவங்களுக்கு ஏத்த மாதிரி என்னுமோ சொல்லி வந்துட்டாங்க!'

'எமுட்டுதான் நல்லவங்களா கூட இக்கட்டும். நா மாணான்ல. அதுக்காக பலானவனும் நாமளும் ஒண்ணுன்னு ஆயிடுமா? ஊருதான் மெச்சிக்குமா? ஒலகந்தான் ஏத்துக்குமா? எனுக்கென்னுமோ இது சரியாப்படல!'

'எனுக்குந்தான் ஒண்ணும் தோண மாட்டன்னுது வுடவும் முடியல, வேணான்னு சொல்லவும் முடியல. நாம கம்முனு இந்தாலும் ஊரு கம்முனு இக்குமா?'

'எனுக்கு ஒண்ணு படுது மங்கா! இந்தக் குண்டுப்பட்டியான் மவன் லேசான ஆளுல்ல. என்னுமோ கவுலு சூது எடுத்துக்கினுதான் வந்துனுகீறான்னு நெனக்கிறேன். இவந்தான் பெரிய வாத்தியாரு! இந்த ஆளு என்னா ஆளுன்றது தெரியாமயா இந்துக்கும்? அப்பவே சொல்லித்

தொலைச்சிந்தான்னா, நாமளும் வேணாப்பான்னு சொல்லிட்டிருக்கலாம். அப்பல்லாம் கம்முணு இந்துட்டு அஞ்சி வர்சம் களிச்சு இப்ப வந்து சொல்றான்னா இதுல ஏதோ சூது கீது! அத என்னாண்ணு கண்டு புடிக்கணும்.'

'அதக் கண்டுபுடிச்சி நமுக்கு என்னா ஆவப்போவுது? பல வருசமா நாம்பளும், வூட்ட வுட்டுட்டம். அவங்களும் நம்பளோட ஒண்ணோட ஒண்ணு மாதிரி ஆயிட்டாங்க. ரண்டு பேரும் கூடப் பொறந்த பெறப்பாட்டம் எமுட்டு ஒத்துமையா பளகுறாங்க. அது பேசறதும் பளகறதும் நடந்துக்கறதும் எமுட்டு அமெரிக்கையாக்கீது. பேச்சிக்கூட நம்பள மாதிரி திருத்தமாதான பேசுது அந்தத் தம்பி! என்னாதான் படிச்சிந்தாலும் எப்பிடியாவது பேச்சில வந்துடும். அப்பக் கண்டுபுடிச்சிடலாம். ஒரு சொல்லுக்கூட கண்டுபுடிக்க முடியலியே அந்தத் தம்பிக்கிட்ட! இப்ப போயி இவன் இப்பிடிச் சொல்றானே அத நெனச்சாதான் எங்கர்ப்பமே கலங்குது போயா!'

'அதயெல்லாம் பாத்தா ஆகாது. இந்த ஊரப்பத்தி உனுக்குத் தெரியாதா? இப்பிடியும் பேசும் அப்பிடியும் பேசும். ஆனா பலானவன்னு தெரிஞ்சிக்கிட்டா எல்லாம் ஒண்ணாயிடும். அப்ப நமுக்குத்தான் அசிங்கம். யாருக்கும் எதுவும் தெரியாததுக்கு முன்னமே நாமளே பக்குவமா எடுத்துச் சொல்லி அவங்களேயே கேப்போம். அதுங்களுக்கென்னா எப்பிடியும் சமாளிச்சிக்கும். பேட்டையிலிருந்து கூட வந்து போயிடும். ஒண்ணும் யோசனை பண்ணாத உன்னால முடியலன்னா சொல்லு நானே பேசிக்கிறேன்!'

'எனுக்கும் ஒண்ணும் பிரியல மண்டையே கொளம்பிப் போச்சி! என்னாந்தாலும் அந்தாள எப்படி நீ ஊட்ல வைக்கலாம்? அப்படின்னுதாங் கேப்பாங்க. நாம சொல்றது எதுவும் எடுபடாது. அந்த பெரிய வாத்தியாரு யாரு அவன்?அந்த குண்டுப்பட்டியான் வூட்ல இடி எறங்க! நம்பகிட்ட வந்து எதுக்கு அப்பிடி சொல்லணும்? அப்பிடியே இந்தாதான் என்னா! மறைச்சிக்க வேண்டியதுதானே! நமுக்கு என்னுமோ நல்லது பண்றவனாட்டம் அப்பிடியே பத்தவக்கிறானே!'

'அதான் சொல்றன். நாம நல்லா இருக்கக்குள்ளவே நல்லதனமாவே அவங்கள கெஞ்சி மஞ்சியாவது போகச் சொல்லிடலாம்யா!'

'ஊகும் என்னால முடியாது சாமி! கூடப் பொறந்த பொறப்பு கூட இமுட்டு ஒதவியா இக்காது. எமுட்டுப் பாடு, எமுட்டுப் பொறுப்பு, எமுட்டு மருவாத! அம்மாடி நாபோயி நீ போயிடுன்னு என் வாயாலா எப்படிச் சொல்லுவேன். எம்மா! என்னப் பெத்தவளே! மாரியாத்தா

நீதான் ஒரு வளிகாட்டுணும் தாயே! ஏன் எங்க குடும்பத்தை மட்டும் இப்படி வாட்டி வதக்குற எம்மா? அது என்னுமோ எனக்குத்தான் ஒண்ணுமே புரியலியே நா என்னாத்தான் பண்ணுவேனோ அடிபாவி சண்டாளி மாரியாத்தா, நீ இப்படி தான் போவ' - என்று பாடிப்பாடி ஒரு பாட்டம் அழுதுதீர்த்தாள் மங்கா.

'இதுபாரு எம்மா, வர்றது உண்டுன்னா வளியிலயா தங்கப் போவுது? மொதல்ல அந்த சுந்தரேச வாத்தியாருதான வந்து வூடு கேட்டது! அவரு நம்மாளுன்னுதான்னு கோடாலி கொண்டைக்கார கோபாலு சொன்னத வச்சிதான் நாம் வூடுவுட்டது! இப்ப நெல்லாக் கேபகம் வருது. இந்த நம்மாளுன்னு சொல்றமே அந்த ஆளு வந்து ஒரு பத்து இருபது நாளு களிச்சிதான் அந்தத் தம்பி வந்து அவங்ககூட சேந்துக்கினது. இதுக்கு நாம்ப என்னா பண்றது. நாம வூடு வுட்டது என்னுமோ நம்ம ஆளுக்குத்தான். அந்த ஆளுகூட வந்து ஒட்டிக்கின ஆளு எந்த ஆளுன்றது நமுக்கு எப்படித் தெரியும்? சேத்துக்குன ஆளும்தான் பொறுப்பு. அவனத்தாங்கேக்கணுமே தவிர நம்பள எப்பிடிக் கேக்க முடியும்?'

'நீ சொல்றது உனுக்குச் சரியா இருக்கலாம். இது சபைக்கு ஏறுமா?'

'ஏன் ஏறாது?'

'மங்கா, அந்த ஆளு பாத்து உன்னோரு ஆளக்கூட சேத்துக்கனாலும் அந்த ஆளு யாரு என்னா? பொளங்கற ஆளா இல்லியான்னு நாமதான விசாரிச்சி இருக்கணும். அவன் அக்குசுக்குச் சும்மாக்கூடச் சொல்லுவாம்மா? நமுக்கு எங்க போச்சி புத்தி?'

'ஊருக்காரங்க கேக்கறங்களோ இல்லியோ, நீதான் கேக்கற ரொம்ப நல்லா? வுட்டா நீயே எடுத்துக் குடுத்துருவ போலக்கீதே! நாம என்னா சம்பந்தமாக கலந்துட்டோம். வுடுயா, புள்ள பாவம், நல்ல புள்ள. பொறந்ததுதான் அப்படிப் பொறந்திச்சே தவிர எந்தத் தப்பும் சொல்ல முடியாதே! இவ்வளவு நல்லபுள்ள ஏம்போயி அங்க பொறக்கணும்?. நம்புளதுல எத்தினி தந்துர்ணிங்க கெடக்குது! இதுங்க போயி அங்க பொறந்துக்கக்கூடாது? நல்ல புள்ள இப்படிப் பொறந்திடிச்சே! என்னை அப்பிடியே வெட்டிக் கூறு போட்டாலும் செரி நா போயி அந்தத் தம்பிய, போயிடுன்னு சொல்ல மாட்டேன். என்னுமோ நடக்குறது நடக்குட்டும் நாம என்னா பண்ணமுடியும்?'

'இதுக்குத்தான் வூட்டுல ஆம்பிளங்க இருக்கணும்ன்றது. பொம்மனாட்டி பெரிதனம் இப்படிதாம் இக்கும்னு தூத்துவாங்களேடி

மங்கா! எனுக்கு மட்டும் என்னா ஆசையா அந்தப் புள்ளங்களத் தொரத்துணும்னு சொல்லு?'

'அப்ப கம்முனு இரு! இவன் இந்தக் குண்டுப்பட்டியான் நம்மக்கிட்ட மட்டுந்தான சொல்லிக்கீறான். மத்தவங்கிட்ட சொல்லலியே! பாக்கலாம் வுடு! ஊருக்கெல்லாம் சொல்லிக்க மாட்டான். அப்படிச் சொன்னாதான் என்னா? இத்தினி வருசமா உங்குளுக்குத் தெரியாத மாதிரி எங்களுக்குந்தான் தெரியலன்னு சொல்லிட்டுப் போறது. தலகில போயிடும்னு பயமல்லாம் மாணா! அப்படி தான் போவட்டுமே! பாத்துக்கலாம் வுடுயா! அவங்க வர்ற நேரமாச்சி இப்படி அந்த வாத்தியாரு வந்தான் இப்படி இப்பிடி சொன்னான்னு நீட்டிப்புடாத எம்மா? ஒண்ணும் தெரியாத மாதிரி எப்பவும் எப்படிப் பேசறயோ அப்பிடித்தான் பேசணும். அதுங்க பாவம். எமுட்டு நல்ல புள்ளங்க! போயா எம்மா! கொஞ்சம் சுண்ணாம்பு இந்தாக்குடு, ரவ வெத்தலக்கீது. அதப் போட்டு அடக்கனா கொஞ்சம் நல்லாக்கும்' ஆ...! ஒரு கொட்டாவி விட்டு அதற்கொரு சொடக்கு போட்டுவிட்டு எழுந்தாள் மங்கா.

37

'சின்னதம்பி, ராமசாமி, கந்தா, சின்னசாமி, பெரியபைய்யா, எல்லாம் நல்லாக் கேட்டுக்குங்க! பி.டி.ஓ.வப் பாக்குறம். இந்த விண்ணப்பத்தக் குடுக்குறம். அவுரு என்னா சொல்றாருன்னு பாத்து அதுக்குத் தக்கனமாதிரி நாம பேசணும். பொறுப்பாப் பேசணும். ஒருத்தரு பேசறவரிக்கும் கம்முணுகீணும். மேல மேல பேசக்கூடாது. சரியா!'

'அவுரு எதச் சொன்னாலும் கேட்டுக்கினு வாய மூடின்னு கெடறான்ற! அப்பிடித்தானே!'

'இவன் இப்பவே வெவகாரம் பண்றானே! தம்பி அது ஆபீசு! அங்க கொஞ்சம் மாரியாதான் பேசணும். ஆனா நம்ம காரியத்துல மட்டும் கறாரா இருக்கணும் அதான் நான் சொல்றது! அவரு சொல்றதயெல்லாம் கேட்டுக்கிணு வர்றதுக்கு நாம போவல! தெரியுதா'

'நீ சொல்றதுதான் சரி அய்யாதுரை!' டே நம்ம அய்யாதுரையே பேசட்டும். ஆனா என்னாப் பேசறதுன்னு நமக்குள்ள ஒரு முடிவு செஞ்சுக்கணும். அய்யாதுரை வுட்ட பாயிண்ட அவன்பேசி முடிச்சதும், கேசவன் இல்லன்னா எழில் பேசட்டும். கதிர்வேலு நீ மட்டும் வாயைத் தொறக்கக்கூடாது.'

இவர்களுக்குள் பலவாறு கலந்து பேசி விவாதித்து ஒரு முடிவுக்கு வருவதற்குள் ஊராட்சி ஒன்றிய அலுவலக வளாகமே வந்துவிட்டது.

அய்யாதுரை, கேசவன், எழில், வடிவேல் முன்செல்ல, ராமசாமியும், பெரிய பையனும் அவர்களை ஒட்டிப்பின் செல்ல இவர்களுக்குப் பின்னால் மற்ற அனைவரும் தொடர்ந்து சென்றனர்.

அலுவலக உதவியாளர் ஒரு ஏழெட்டுத் தேனீர்க் குவளைகளை ஒரு தூக்கில் செருகியவாறு ஒன்றிய ஆணையர் அலுவலகத்துக்குள் நுழையும்போது இந்த இளைஞர் கூட்டத்தைப் பார்த்துவெளியே நிற்குமாறு சைகையால் தெரிவித்துவிட்டு உள்ளே சென்றார்.

அய்யாதுரை அந்த அலுவலக உதவியாளருடனே தொடர்ந்து சென்றுவிட்டான். அவன் பின்னே கேசவனும் எழிலும் உடன் சென்றனர். இப்போது திறந்த கதவின் உள்ளேயும், வெளியேயுமாக இந்தக் கூட்டம் அணிவகுத்து நின்றுவிட்டது.

ஒன்றிய ஆணையரும், வட்டார வளர்ச்சி அலுவலருமான அந்த அதிகாரி தேனீரை அவருக்கு எதிரே அமர்ந்திருக்கும் அதிகாரிகள், முக்கிய பிரமுகர்களுக்கு கொடுக்குமாறு சைகை செய்துவிட்டு உதவியாளரை யார் இவர்கள் என்ன விசயம் என்பது போல் பார்வையால் விசாரிக்க அந்த உதவியாளரும் சைகையாலேயே தெரிய வில்லை என்பதுபோல் பதிலிறுக்க வெளியிலிருக்கும் அனைவருமே அலுவலகத்துக்குள்ளேயே வந்துவிட்டனர். வந்திருந்தவர்களுடன் கை குலுக்கிக் கை கூப்பி வழியனுப்பிவிட்டு, நின்றவாறே

'யாருங்க நீங்க? எதுக்கு இப்படி கும்பலா வந்திருக்கீங்க?' என்று கடுமையாகவும் இல்லாமல் சகஜமாகவும் இல்லாமல் ஒருவித இடைவெளியை உருவாக்குகிற தொனியில் விசாரித்தார் அதிகாரி,

அய்யாதுரை தான் முதலில் தொடங்கினான். 'நாங்க பெரியமாறம்பட்டியிலிருந்து வர்றோம். எங்கப் பள்ளிக்கூடத்து சத்துணவு ஆயாவை மாத்திட்டீங்க. அவங்களை பழைய எடத்துக்கே போடணும். அதுக்காகத்தான் வந்திருக்கிறோம்.'

'இதுதான் பிரச்சினையா? அவங்கள நிரந்தரமா மாத்தல. பொன்னேரியில ஒரே ஒரு அமைப்பாளர் மட்டுந்தான் இருக்கார், அவருக்கு உதவியா தற்காலிகமாத்தான் போட்டிருக்கோம். இன்னும் மூணுமாசத்துல அந்த ஊருக்குப் புதிய ஆள போடப்போறோம். அப்ப செல்லம்மா தானாவே உங்க ஊருக்கு வந்திடுவாங்க. இதுக்காகத்தான் இவ்வளவு பேரு வந்தீங்களா? யாராவது ஒருத்தர் ரண்டுபேரு

வந்திருக்கக்கூடாது? நானே விவரமா சொல்லி அனுப்பியிருப்பேனே! இந்த சின்ன விசயத்துக்கு இவ்வளவுபேரு வேல மெனக்கிட்டு இங்க வரணுமா? இன்னைக்கு ஒருநாளு வீணா போயிடிச்சே. இதுக்கு மேலே போயி நீங்க எந்த வேலயும் செய்ய முடியாதே! அடடா ஒருநாளை வீண் பண்ணிட்டீங்களே!'

அய்யாத்துரை வாயெடுப்பதற்குள் கேசவன் சரேலென்று கிளப்பினான். சார்! நீங்க சொல்றபடியே அந்த எடத்துக்கு செல்லம்மாவதான் அனுப்பணுமா? செல்லம்மாவுக்குப் பின்னால எத்தினிபேரு கீறாங்க! அவங்கள்ள யாரையாச்சியும் அனுப்பியிருக்கலாமில்ல? அது என்னங்க செல்லம்மாவை மட்டும் குறிவச்சி தூக்கணும்? யாராவது நாலுபேரு வந்து ஏதாவது எளுதிக் குடுத்தா உடனே மாத்திடுவீங்களா? விசாரிக்க மாட்டீங்களா? அங்க என்ன நடந்திச்சின்னாவது உங்களுக்குத் தெரியுமா?

'நீங்க ரொம்ப பேசறீங்க. நா விசாரிச்சது விசாரிக்காதத பத்தி நீங்க பேச வேண்டியதில்லை. எப்படி விசாரிக்கணும். எங்க விசாரிக்கணும்னு எங்களுக்குத் தெரியும். உங்களைக் கேட்டுத்தான் செய்யணுமா? எங்களுக்குச் சில விதிமுறைகள் நடைமுறைகள் இருக்கு. அதன்படி தான் நாங்க செயல்பட முடியும். நாங்க என்ன செய்ய வேண்டும்னு நீங்க சொல்ல வேண்டியதில்லை. எங்க நடைமுறைகளையெல்லாம். உங்களிடத்துல விளக்க வேண்டிய அவசியமில்லை. ஒரு மரியாதைக்கு நடந்த விசயங்களைச் சொன்னேன். இதுக்குமேலேயும் உங்களோடு பேச எனக்கு நேரமில்ல. நெறய வேலை இருக்கு நா அவசரமா கலெக்டர் மீட்டிங்குக்குப் போகணும். நீங்க போலாம்.'

அய்யாத்துரை அமைதியாக, 'ஐயா! நாங்க சொல்றதத் தயவு செஞ்சி கேக்கறிங்களா! உங்க அலுவலக நடைமுறை விதிப் பத்தியெல்லாம் எங்களுக்கும் கொஞ்சமாவது தெரியும்ங்கறத நம்புங்க! நீங்க இந்த ஒன்றியத்தோட அதிகாரி இல்லிங்களா! மக்கள் கொண்டு வர்ற பிரச்சினையையும் தயவு செஞ்சி பாருங்க. காது கொடுத்துக் கேளுங்க, அதில உள்ள ஞாயத்தைப் புரிஞ்சி உதவி செய்யுங்க!'

'இங்க என்ன, எங்களுக்கு வகுப்பு எடுக்க வந்திருக்கீங்களா? பிரச்சினை என்னான்றத மட்டும் சுருக்கமாகச் சொல்லணும். சும்மா வளவளன்னு நீட்டிக்கிட்டே போகக் கூடாது'

'சார் நான் சொல்றன். ரெண்டே வார்த்தையில சொல்றன்' - முகிலன் குறுக்கிட்டான்.

'செல்லம்மாவ பெரியமாறம்பட்டிக்கே அதான் சார் அவங்க எடத்துக்கே மாத்திடுங்க நாங்க இப்பவே போயிடறம்!'

'என்னா எங்களுக்கே உத்தரவு போட்றீங்களா?'

'அய்யா! நாங்க அப்படியெல்லாம் சொல்லலிங்க! வேண்டுகோளாத் தான் வைக்கிறோம்'

'அப்பிடியென்ன அவங்க அங்கதான் வேல செய்யணும்னு பிடிவாதம் பிடிக்கிறீங்க. போட்ற எடத்துல வேல செய்ய வேண்டியது தானே!'

'சாதாரணமா எப்பவும் செய்யற மாறுதல்னா நாங்க எதுக்கு வர்றோம்? இது அநியாயமான மாறுதல்!'

'எத வச்சிச் சொல்றீங்க? அவங்க என்ன எனக்குப் பகையா? எங்க கீழ வேல செய்யறவங்களப்பத்தி எங்களுக்கில்லாத அக்கறையா? எங்க ஆளுங்கள எப்படிப் பாத்துக்கணும்னு எங்களுக்குத் தெரியும். எங்ககிட்ட வேல செய்யற ஊழியருங்கள ஒரே மாதிரிதான் பாப்போம். பாரபட்சமெல்லாம் கெடையாது. எங்கள வேலை செய்ய விடறிங்களா ப்ளீஸ்!'

கேசவனுக்கு ஆத்திரம் ஆத்திரமாக வந்தது ஆவேசமாக முன் வந்து,

'சார், செல்லம்மாவ மறுபடியும் அதே ஸ்கூலுக்குத்தான் போடணும் அத இப்பவே செய்யணும். உங்களால செய்ய முடியும்! ஆனா செய்ய மறுக்கிறீங்க! என்ன சார் இது ஒரு அரசு பள்ளிக்கூடம், எல்லாப் பசங்களும் படிப்பாங்க. வேலை செய்யறவங்களும் எல்லோருமா கலந்துதான் வருவாங்க! அவங்கவங்க வூட்ல எப்பிடியோ இருந்துகிட்டும் பள்ளிக்கூடத்துல பொது எடத்துல சாதி பாக்கலாமா? அந்தம்மா கையில சாப்பிடக்கூடாதுன்னு யாரோ பொறம்போக்குங்க வந்து சொன்னா மாத்திடணுமா? அவங்களேதான் ஊரா? நாங்கள்ளாம் என்ன காட்டுலயா கீறம்? ரொம்ப பிடிவாதம் பிடிக்காதங்கய்யா உங்கள கெஞ்சிக் கேட்டுக்கிறங்க. அந்த ஆயாவ அதே பள்ளிக்கூடத்துக்குப் போட்டுடுங்க. அது ஒரே ஒரு கோரிக்கைதான்.'

'அதெல்லாம் முடியாதுங்க! போட்டது போட்டதுதான். அவங்கமேல ஏகப்பட்ட புகார் வந்திருக்கு அதையெல்லாம் விசாரிக்காம அவங்கள மறுபடியும் அதே எடத்துக்கெல்லாம் போட முடியாது, நீங்க போகலாம்.'

கேசவனே தொடர்ந்தான்.

'இதுக்கு நீதி கெடைக்காம இந்த எடத்த விட்டு நகர மாட்டோம்.'

'போலீச எதுக்குக் கூப்பிடணும்னு பாக்கறேன்!'

'போலீசத்தான் கூப்பிடுங்க பாத்துடுவோம். அவங்கக்கிட்டேயே பேசிக்கிறோம்.'

'பேசிக்கிறதுக்கு என்ன? நீங்க மாத்தலன்னா தீண்டாமை ஒழிப்பில கேசு குடுக்கவும் தயங்க மாட்டோம். அங்க தகராறு பண்ணவங்க மட்டும் இல்ல...'

'கேசவா என்ன பேசற! பிடிஓ அய்யாவா அங்கவந்து பண்ணாரு அவரு ஒரு உத்திரவு மட்டுந்தாம் போட்டாரு அது பாரு இப்பத் தீண்டாமைப் பிரச்சினையா ஆயிடிச்சி! சார் நாங்க இத பெரிது படுத்தல நீங்க ஒரே ஒரு உத்தரவு, அந்த உத்தரவை ரத்து செஞ்சிடுங்க! எங்களுக்கும் நல்லது உங்களுக்கும் நல்லது. நல்லதையே நெனைப் போம். போலீசு கீலீசுல்லாம் என்னாத்துங்கய்யா வேணாங்கய்யா, பெரிய மனசு பண்ணி உத்தரவில கையெழுத்துப் போட்டுடுங்க, நாங்க போயிட்றோம். இது சின்னப் பிரச்சினைன்னு நினைச்சீங்கன்னா உத்தரவோட முடிஞ்சிடுது. இதப் பெருசாக்குறதும், இப்பவே அணைச்சிட்றதும் உங்க கையிலதான் இருக்கு ஒரே ஒரு கையெழுத்து அவ்வளவுதான் நாங்க அரை நிமிசத்துல காலி பண்ணிட்றோம் எப்படி உங்க வசதி?'

அய்யாத்துரையின் அமைதியும் வலிவும் மிக்க சொற்கள் அதிகாரியை மிரள வைத்தன. எத்தனையோ பிரச்சினைகளை தூசிபோல் ஊதிவிட்டு வந்த அவருக்கு இது புதிய அனுபவமாக அமைந்துவிட்டது. மேலாளர் அவரது கட்டளைக்காக காத்திருப்பதையும், அவர் கவனித்துக் கொண்டுதான் இருந்தார். அனுபவமிக்க அலுவலகக் கண்காணிப்பாளர் மெதுவாக அருகில் வந்து காதில் ஏதோ கிசுகிசுத்தார்.

'ஒரு நிமிடம் கொஞ்சம் பொறுமையாக இருங்க. இவருகிட்ட ஒரு முக்கியமான விசயம். வந்திட்றேன்.'

'போங்கய்யா! மெதுவாவே பேசிட்டுவாங்க. நல்ல முடிவோடு வாங்க. நாங்க அது வரைக்கும் காத்திருக்கிறோம்.'

'சார் பிரச்சினை ரொம்ப பெரிசா போகும் போல இருக்கு!'

'என்ன சொல்றீங்க? இந்த மாதிரி பிரச்சினையெல்லாம் நா எவ்வளவு பாத்திருக்கிறேன். இதப்பத்தி நீங்க அலட்டிக்காதீங்க!'

'சார் இது அந்த மாதிரியில்ல நெருப்பு மாதிரி சார். ஆரம்பத்திலேயே கொஞ்சம் தண்ணி தெளிச்சாலே அடங்கிடும். பெருசா மூண்டுகிட்டா. எத்தனை கொடம் ஊத்த முடியும்? கேளுங்க ஏரியாவப் பத்தி உங்களுக்கு நாஞ் சொல்லணுமா?'

'அப்படின்றிங்க! என்ன சார்?'

'சார் அவரு ரொம்ப சீனியர் இதுல அவரு ரொம்ப எக்ஸ்பர்ட். அவரு யோசனை சரின்னுதான் படுது. உங்களுக்கு எது சரின்னு படுதோ அத நீங்கதான் முடிவு செய்யணும்? நீங்க சுபீரியர்'

'ஒரு வளியச் சொல்லுங்கன்னா இப்பப் போயி சுப்பிரீயர் அது இதுன்னு நீங்க சொல்லிக்கிட்டு!'

'சரிங்க நம்ப அலுவலக கண்காணிப்பாளர் சொல்ற மாதிரியே செஞ்சிடுவோம்.'

'சார் நீங்க அவங்ககிட்ட போக வேண்டாம் சூடான ஆளுங்க கொஞ்சம் பேரு இருக்காங்கபோல நானே போயி சமாளிச்சிக்கிறேன்.'

'ஆமா சார் உங்க ஸ்டேட்டஸ் முக்கியம். அதுக்குப் பாதிப்பு வராம பாத்துக்கறம் நீங்க இங்கேயே இருங்க!'

அலுவலக கண்காணிப்பாளர் சோமசுந்தரம் புன்னகை மிளிர குளிர்ந்த பார்வையுடன் இளைஞர் கூட்டத்தை நோக்கி 'வாங்க, வணக்கம்! ஏன் எல்லாரும் நின்னுக்கிட்டிருக்கீங்க சக்கரவர்த்தி அந்த சேரு, பெஞ்சு எல்லாத்தையும் எடுத்துக்கிட்டுவந்து போடு, வந்தவங்கள முதல்ல உட்கார வைக்கணும்.'

'வாங்க, வாங்க, ரொம்ம நேரமா நிக்க வச்சிட்டோம். சாரி, உட்காருங்க'

'அதப்பத்தி என்னங்க! எங்க கோரிக்கைய நிறைவேத்தினா போதும். உட்காரவா வந்தோம்?'

'உட்காரதுக்கா எல்லாம் வருவாங்க! பிரச்சினைக்காகத் தான் வர்றாங்க. வர்றவங்களை நிக்க வச்சிப் பேசறது நல்லாவா இருக்கு? உங்க கோபம் புரியுது. உங்க நியாயம் தெரியுது. என்னன்னா யாருக்கும் பாதிப்பு வந்திடக்கூடாது கொந்தளிப்பு வந்திடக்கூடாதுன்னு யோசிக்கணுமில்ல உக்காருங்க. உக்காருங்க தம்பி!'

'தனது அணுகுமுறையால் ஓரளவு சூழலின் சூட்டைத் தணித்து இருக்கைகளில் அமர வைத்த கண்காணிப்பாளர் எல்லாம் நல்ல

முடிவுதான். நீங்க எதிர்பார்த்த முடிவுதான். இந்த முடிவால ஊருல அமைதி வந்தாத்தான் எங்க முடிவு சரின்னு ஆகும். இல்லன்னா எங்களுக்குத்தான் பெரிய தலைவலி. தயவு செஞ்சி இப்ப அமைதியா ஊருக்குப் போங்க! நாளைக்கே நல்ல முடிவு அமுலாகும். இதை வெச்சி பிரச்சினை வராதுன்றதுக்கு நீங்க உத்திரவாதம் தரணும்! செய்வீங்களா?'

'அய்யா உங்க அணுகுமுறை ரொம்ப நல்லா இருக்கு. இதேமாதிரி உங்க செயல்பாடும் இருந்தா நல்லது!'

'அய்யோ நா அதத்தானே சொல்லிக்கிட்ருக்கேன்.'

'எங்க சும்மா வாயிலே சொன்னா போதுமா? எழுத்து மூலமா காட்டுங்க!'

'எழில் இரு இரு! அய்யா எந்தப் பிரச்சினையும் வராதுன்னா இப்பவே நாங்க எழுதியே குடுக்கிறோம். அந்த ஆயம்மாவ எங்க ஊருக்கே போடுறதுக்கு என்ன உத்திரவாதம்?'

'அவங்க நாளை காத்தால ஒம்பது மணிக்குள்ள உங்க பள்ளிக் கூடத்துல இருப்பாங்க போதுமா?'

எல்லோரும் படபடவென்று கைதட்டினார்கள். அலுவலக உதவியாளர் சக்கரவர்த்தி எல்லோருக்கும் தேனீர் வழங்கினார். கூடவே ஒரு தாளில் வந்திருப்போரின் பெயர் அலைபேசி எண்ணை வாங்கிக் கொண்டார்.

'உத்திரவு தயாராயிக்கிட்டிருக்கு நாளைக்கே முடிவைப் பாருங்க! இந்தப் பிரச்சினையை இதோடு விட்டுடுங்க! தயவு செஞ்சிப் பெரிது படுத்தாதீங்க!'

'நாங்க பெரிது படுத்தலிங்கய்யா பெரிசாவறதுக்கு நீங்களும் ஒத்துப் போறீங்களேங்கறதுதான் எங்களுக்கு வருத்தம். உங்க மாதிரி இருந்தா ஊருக்கும் நல்லதுங்கய்யா நாங்க வர்றோம். அய்யா நீங்க ரொம்ப வித்தியாசமா இருக்கீங்க. நாங்க வர்றோம்.'

38

'என்னா முனுசாமி? நடந்தது என்னான்னு தெரியுமா?'

'சொல்லுங்க வாத்தியாரே! நா நேத்துக் காத்தாலையே எம்மக வூருக்குப்போயிட்டு இப்பத்தான் வந்தேன். வந்ததும் சொன்னாங்க, பெரிய வாத்தியாரு, அவசரமா வரச் சொன்னாருன்னு'

‘என்னா நடந்துச்சி அதான் அந்த ஆயாவைதான் மாத்தியாச்சே!’

‘அதாம் இப்ப பிரச்சனையே! அவள மறுபடியும் இங்கேயே போட்டுட்டாங்க. நேத்தே வந்து சேந்துட்டா!’

‘அப்பிடியா பசங்களவுட்டு கலாட்டா பண்ணா பயந்துகிட்டு போகுது கஓத! இதுக்குப்போயி ஏங்க வாத்தியாரே யோசன? நீங்க கம்முணு இருங்க, நாம் பாத்துக்கறன்’

‘முட்டாள்தனமா பேசாத முனுசாமி! இப்பவே பிரச்சினை முத்திக்கின மாதிரிதான். மறுபடியும் அதேமாதிரி பண்ணா அது சாதிப்பிரச்சினையா ஆயிடும்’

‘ஆகட்டுமே! இவ மறுபடியும் வந்துட்டா ஜாதி போயிடுமா? எங்க எப்படியோ நடந்துட்டுப் போகட்டும். நம்ம ஊர்ல மாணா. ஒளுங்கா அவ நாம சொல்ற மாதிரி வெளி வேலய மட்டும் செய்யட்டும். ஆக்கறது போடற வேலையெல்லாம் கூடாது. நாம் பாத்துக்கிறேன். வுட்டுடுங்க வாத்தியாரே!’

‘முனுசாமி! கொஞ்சம் பொறுமையா கேளு, இந்தப் பிரச்சினைய அப்புறம் பாத்துக்கலாம். இதுக்குக் காரணம் யாருன்னு தெரிஞ்சுப் போச்சி! நா கண்டுபிடிச்சிட்டேன். அதைத்தான் பாக்கணும் இப்ப. நல்ல வசமா சிக்கிக்கிட்டாங்க. நா நேரடியா அவங்கள எதுவும் செய்ய முடியாது? அப்படி செஞ்சா, நாமட்டுமில்ல நீங்க அண்ணக்கித் தகராறு பண்ண அத்தினி பேரும் மாட்டிக்குவோம். பெரிய கேசாயிடும். அது வேணா!’

‘அப்ப அவங்கள யாருன்னு சொல்லுங்க நாங்க பாத்துக்கறம்! அமுட்டு தகிரியம் வந்துடிச்சாமா அவுங்களுக்கு?’

‘மெதுவா பேசு முனுசாமி, வா அந்த மரத்தடிக்குப் போயிடுவோம். அங்க போயி பேசலாம். இங்க திடுதிப்புனு யாராச்சும் வந்துட்டா நமுக்கத்தான் பிரச்சனை!’

‘அட, ஏ வாத்தியாரே பயந்துகிற! நீங்களே பெரிய வாத்தியாரு ஊரே உங்களுக்கு சப்போட்டு அடிக்கும்போது நீங்க எதுக்கு மாறணும்?’

‘அப்படியில்லப்பா, நா சொல்றதக் கேளு! மொரட்டுத்தனத்தை எங்க எப்படிப் காட்டணுமோ அங்கதான் காட்டணும். எப்பவுமே காட்டக்கூடாது. அதே நமக்கு ஆபத்தா முடிஞ்சிடும். புரிஞ்சிக்கோ.

ஒரு பேச்சுக்கு எங்க பள்ளிக்கூடத்து ஆளுங்களே இதுல இருக்கிறாங்கன்னு வச்சிக்கோ? நா எப்படி இதுல ஈடுபட முடியும்? அது சிக்கலாயிடும். ஏன்னா அவங்க செஞ்சதுக்கு சட்டம் எடங்குடுக்கும். நாம செய்யறக்கு சட்டம் எடங் குடுக்காது! ஆனா நீங்க பள்ளிக்குப் பொது ஆளுங்க! நீங்க செய்யலாம்! நீங்களும் ஜாக்கிரதையா செய்யணும். இந்தப் பிரச்சினை இப்படியே இருக்கட்டும் இப்பத்தக்கி இதவுட்டுடுவோம். வேற பிரச்சினைகீது. அதத் தெரிஞ்சா நீங்க ரொம்ப கொதிச்சுப் போயிடுவீங்க! அந்த மங்கா வூட்டுகாரப் பங்காளிங்கதான நீங்க. அவுங்களுக்கும் உங்களுக்கும் நிலத்துலகூட பிரச்சினைன்னு கேள்விப்பட்டேன!'

'ஆமா, கீது வாத்தியாரே! அது என்னைக்குன்னாலும் பெருசா மூளும், அதுக்குதான் சரியான நேரம் எப்ப வரும்னு பாத்துனுகீறேன்'

'இப்ப அதுக்குத் தோதான நேரம் வந்துடிச்சி!'

'என்னா சொல்றிங்க வாத்தியாரே!'

'அந்த மங்கா வூட்ல எங்க வாத்தியாருங்க ரண்டுபேரு தங்கினு கீறாங்களே தெரியுமா?'

'ஆமா, நம்மாளுங்கதானே! அவங்களப் பத்தி என்னா!'

'அதுல ஒரு ஆளுதான் நம்பாளு, இன்னோரு ஆளு வேற!'

'வேறன்னா?'

'வேறன்னா வேறதான்! அந்த நம்பாளுன்னு சொல்றயே அந்தாளுதான் இந்த ஆளு நம்பாளுன்னு சொல்லிச் சேத்துக்கிட்டான்.'

'அப்பிடியா? இத ஏன் மொதல்லே எங்களுக்குச் சொல்லக்கூடாது! பொடக்களுத்திலே நாலு போடுபோட்டு தொரத்தியிருப்பனே!'

'அப்படியெல்லாம் சொல்லிட முடியாதுப்பா! எங்க தொழிலு அப்படி! நானே காட்டிக்குடுத்த மாதிரி ஆயிடும். இந்துட்டுப் போவுட்டும்னு வுட்டா இவங்க ஊருக்கே ஒலை வெக்கப் பாக்குறாங்க!'

'சொல்லிட்டிங்கில்ல! என்னா நடக்குதுன்னு மட்டும் பாத்துக்கோங்க!'

'இருப்பா இன்னம் விசயம் கீது!'

'இன்னும் என்னா பெரிய விசயம்? இதே பெரிய விசயம்தானே?'

'முனுசாமி இதுக்கே இந்த ஆத்திரப்பட்றியே, இதக் கேட்டா என்னா பண்ணுவ?'

'தங்க எடங்குடுத்தா அந்தப் புள்ளையவே, கணக்கு பண்றதா? அதான் நடக்குது! நீங்க அதப்பாத்தா போதும் அவங்க கொட்டம் அடங்கிடும். அது அடங்கட்டும் மொதல்ல! அப்புறம் இத அடக்குறதுக்கு வேறவளி கீது. அப்புறம் பாத்துக்கலாம்! இதுக்குதான் அந்தப் புள்ளய வாளாவெட்டியா வூட்ல வச்சிக்கினு இந்த வேலை பண்றாங்களா?'

39

'ஏ, மாரி!, மங்கா! என்னாயா பண்றீங்க! அங்க கசாமுசான்னு ஊர்ல என்னென்னமோ அடிபடுது புள்ள!'

'என்னா பெரியக்கா என்னா என்னென்னுமோ சொல்ற!'

'ஆமாயா, உங்க மேலே அந்த முனுசாமி பையனுக்கு எப்பவுமே ஒரு போறாமைன்னு எல்லாத்துக்குந் தானே தெரியும்? அதுக்குன்னு இப்படியா அநியாயமா பளிபோடறாண்டி புள்ள நா என்னாத்த சொல்லுவன். அங்க அங்க குசுகுசுன்னு பேசிக்கினு கீறாங்க, எதுனா வம்ப கிம்ப கொணாந்துற போறாங்க கொஞ்சம் பத்திரமா இந்துக்குங்க. அதச் சொல்றதுக்கு தாண்டி வந்தன். இதப் பாத்தாக்கூட எம்மேலே பாய்வான் அந்த நாயி!' மங்காவின் காதில் விசயத்தைப் போட்டுவிட்டு அவசரமாகக் கிளம்பினாள் செல்லியம்மாள்.

'படுபாவி நாய்ங்க! நல்லா இப்பாங்களா! நாறித்தான் போவாங்க! இப்படிப் பளிபோடுவாங்களா?'

இரவெல்லாம் தூக்கம் பிடிக்கவில்லை. மங்காவும், மாரியும் பித்துப் பிடித்தவர்கள் போல இங்கேயும், அங்கேயும் திரிந்து கொண்டும் ஏதேதோ பிதற்றிக் கொண்டுமிருந்தார்கள். விடிந்தால் என்ன நடக்குமென்று தெரியவில்லை. ஆனாலும் ஏதோ விபரீதமாக நடக்கப் போகிறது என்பது மட்டும் இருவர் மனசிலும் தோன்றுவதைத் தவிர்க்க முடியவில்லை.

'ஆம்பள இல்லாத வூடு, யாரு கேக்க முடியும்னு தான இமுட்டு அதூரு பண்றீங்க. அவுங்களும் மண்ணா போயிட்டாங்க. அந்த ஒரு மனுசன் மட்டும் உயிரோடு இருந்தாங்கன்னா, எவனாவது நாக்கு மேலே பல்லப்போட்டுப் பேசுவானா? அவங்ககூட பொறந்ததுங்க

எப்ப ஏமாறுவாங்க அமுத்திக்கலான்னு பாக்குதுங்க. நமுக்கு யாரு கதி? எம்மா மாரித்தாயே நீதாம்மா எங்களக் காப்பாத்தணும். கல்லாவி வேடிப்பா! நீதான் தொணை! நா என்ன பண்ணுவேன்? ஏது பண்ணுவேன்? ஒண்ணும் புரியலியே எம்மா?'

'சும்மா பொலம்பிக்கினே இக்காத மங்கா! ஆவறதப் பத்திதான் நாம பாக்கணும். இப்ப என்னா செய்யணுமோ அதத்தான் பாக்கணும். இடிஞ்சி போயி ஒக்காராத! இந்தா இந்த வரக்காப்பியனாக் கொஞ்சங்குடியா! காத்தாலந்து வெறும் வவுத்தோடயே இந்தா ஒடம்பு என்னாத்துக்கு ஆவுறது? எளுயா! இதக்குடி!'

பலமுறை வற்புறுத்தலுக்குப் பிறகு அந்தக் காப்பியைக் கொஞ்சம் கொஞ்சமாகப் பருகினாள். இளஞ்சூடு உடலில் இறங்கியதும் கொஞ்சம் சமநிலைக்கு வந்தாள். இருவரும் ஏதேதோ பேசினார்கள். கொஞ்சம் உரக்கவும், கொஞ்சம் மெதுவாகவும், கொஞ்ச நேரம் குசுகுசுத்தும் உரையாடல் ஒரு கட்டத்தில் ஒரு முடிவை அடைந்தது. இருவரும் அவசரமாகவும், அதே நேரத்தில் பதற்றமின்றியும் செயல்பட ஆரம்பித்தனர். கதவு தாழ்போட்டிருக்கிறதா என்று சரிபார்த்து வந்தாள் மாரி. மங்கா ஒரு பையில் எதையோ போட்டுப் பத்திரப்படுத்தினாள்.

'எல்லாஞ் செரியாக் கீதா?'

'ஆங் செரியாத்தான் கீது!'

'பையி பத்தரம்! மடியில வச்சிக்கயா?'

'செரி! செரி'

ஒரு பெரிய குவளையில் தண்ணீர் முகந்து பருகினாள் மங்கா! மாரியும் கொஞ்சம் வாங்கிக் குடித்தாள். முந்தானையால் உதட்டின் ஓரத்தைத் துடைத்துக் கொண்டு மங்கா, மாரியிடம், 'நீ போறயா?' என்றாள்.

'ம்! இல்ல இல்ல நீயே போ! நீதான் பக்குவமா எடுத்துச் சொல்லுவ!

'செரி! நாந்தான் போறன். நீ என்னா பண்ற, ஒரே இருட்டு! ரெண்டு பேருமே போலாம்! மங்கா நீதான் பொறுப்பா சொல்லணும். பாப்பா, வா, பொன்மணியை நெஞ்சோடு அணைத்து மாறி மாறி முத்தமழை பொழிந்தாள். மாரியும் அவளை இழுத்து அணைத்துக் கொண்டு அழுங்கிய குரலில் தழுதழுத்தவாறே ஏதேதோ கூறினாள். தலையை

அதற்குத் தக்கவாறே அசைத்தாள் பொன்மணி. மூவரும் தலையை நன்கு முக்காடிட்டுக் கொண்டு, முகத்தையும் பார்வை தெரியுமளவு மூடிக் கொண்டு வாசலை விட்டு வெளியே வந்தார்கள். வாசலை ஒட்டிய பக்கத்து வீட்டின் கதவை மெல்லிதாகத் தட்டினாள் மங்கா!

சிகாமணிதான் கதவைத் திறந்தான். சுந்தரேசன் ஊருக்குப் போயிருந்தான்.

'யாரு? இந்த நேரத்துல?'

'உஸ், மெதுவா பேசு!' என்று கூறிக்கொண்டே கதவைத் திறந்து உள் நுழைந்தாள் மங்கா, உடன் இருவரையும் பிடித்து உள்ளிழுத்துக் கொண்டு, கதவைச் சாத்தித் தாழ்ப்பாளிட்டுக் கொண்டே 'நாந்தாந்தம்பி!'

'ரொம்ப முக்கியம், நா சொல்றதக் கேட்டே ஆவுணும். ரொம்ப நேரம் பேசிக்கினுக்க முடியாது. ஆமா நா சொல்றத மட்டும் கேளு! நீ நல்லாருப்பே! வேற வளியில்ல!'

'கண்ணு, இங்க பாரு சாமி, நா ஒண்ணு சொன்னா நீ தப்பா நெனைக்க மாட்டியே!'

'சொல்லுங்கம்மா! எங்க அம்மா மாதிரி நீங்க, உங்கள போயி எப்படி தப்பா எடுத்துக்குவேன்!'

'கொஞ்சம் கவனமாகக் கேக்கணும்'

முக்காடு போட்ட தலையை மேலும் இழுத்து முகத்தை மறைத்துக் கொண்டு அடக்கமான தொனியில் ஆனால் அழுத்தமாகச் சொற்களைக் கவனமாகத் தேர்வு செய்து பேசுகிறாள் மங்கா. இவனுக்கு ஒன்றும் புரியவில்லை. இன்று காலைகூட ஏதோ தின்பண்டங்களைப் பொன்மணியிடம் கொடுத்தனுப்பியிருந்தாளே, இப்போது இப்படிப் பேசுகிறாளே என்ன நடந்திருக்கும்? ஒன்றும் புரிபடாமல் மங்காவின் மீது உள்ள மரியாதையால் அவள் கூறுவதைக் கவனமாகக் கேட்டான்.

'சொல்லுங்கம்மா'

'பாருப்பா, நீ யாருன்றது முதல்லியே தெரிஞ்சிருந்தா சத்தியமா நா வீடு குடுத்திருக்க மாட்டேன். ஆனா நீ எங்களுக்கு எவ்வளவு செஞ்சிருக்கே. ஒண்ணுத்துக்குமே ஒதவாத பழந்துணியா போயிட்ட எங்கப் புள்ளக்கிக் கத்துக் குடுத்து அவள ஒரு மனுசியா ஆக்கிட்டயே!'

'இதுல என்னங்கம்மா இருக்கு? நாங்க எப்பவுமே செய்யறது தானே இது பள்ளிக்கூடத்துல சொல்லிக்குடுக்கறத கொஞ்சம் வீட்ல

வச்சிச் சொல்லிக் குடுத்திருக்கிறோம். இது ஒண்ணும் பெருசு இல்லம்மா? எங்கருந்தோ வந்த எங்கள சொந்தப் புள்ளங்களா நெனச்சி சொந்த வீடு போல எங்கள வச்சி ஆதரிக்கிறீங்களே, இதுக்கு நாங்க செஞ்சது ஒண்ணும் பெருசு இல்லையே'

'அதான் அதான் இப்ப பிரச்சினையே! அதயெல்லாம் பேசி ஒண்ணும் ஆகப் போறது இல்லே!' ம்... - ஒரு பெருமூச்சை விட்டுக் கொஞ்சம் நிதானித்து இங்கப் பாரு, நீ யாரு, என்னான்றதெல்லாம் இந்த ஊருக்குத் தெரிஞ்சிப்போச்சி! எங்க வூட்லக்கூட எல்லாரும் பொருமிக்கினு கீறாங்க. என்னால அவங்க மாதிரி இருக்க முடியாது. நீ ரொம்ப நல்ல பையன். பொண்ணையும் உன்னையும் வெச்சி என்ன என்னப் பேசறாங்க தெரியுமா?'

'அய்யோ அப்படியெல்லாம் இல்லம்மா, அவளுக்குக் கத்துக்குடுத்த வாத்தியார் மட்டுந்தான். வேற எதுவும் இல்லம்மா நம்புங்கம்மா!'

'ச்சீச்சி! என்னாது? எனுக்கு உன்னத் தெரியும். அப்படில்லாம் நெனக்கில. ஆனா தலைக்குமேல போயிடிச்சியெப்பா, இப்ப நீதான் எனுக்கு ஒதவணும். இது கையல்ல காலுன்னு நெனச்சிக்கோ. நீ இங்கிருந்தா, உனுக்கும் ஆபத்து, இந்தப் புள்ளைய எங்க வூட்டாரே கொண்ணு போட்டுடுவாங்க! எனக்குத் தெரியும் நாம எது சொன்னாலும் இந்த வெறிபிடிச்ச கூட்டம் ஒத்துக்காது. உண்மை என்னான்னு நீ சொல்லணுமா, எனுக்கே தெரியும். நீ தங்கம், மாணிக்கம் அதனாலதான் சொல்றன். நீ இங்க இருக்காத சாமி! போயிடு'

'என்னப் பத்தி, கவலப்படாதீங்கம்மா!'

'அய்யோ அப்படி இல்லக்கண்ணு!'

புடவைத் தலைப்பை நன்கு இழுத்து கண்கள் மட்டும் வெளியில் தெரிகிற மாதிரி மூடிக் கொண்டு சுற்றுமுற்றும் பார்த்துவிட்டு மீண்டும் கைகளை இறுகப் பற்றிக்கொண்டு,

'இந்தப் புள்ள உயிரக் காப்பாத்தறது உங்க கையிலதான் கீது சாமி!'

'என்னம்மா சொல்றீங்க! நா என்னா பண்றது? எங்கிட்ட ஒண்ணும் தப்பு இல்லையே!'

'அதெல்லாம் தெரியாதா எனுக்கு, மொதல்ல இத புரிஞ்சிக்கோ! நா உயிரோடு கீணுமா மாணாவா? என்னா சொல்ற?'

'அய்யோ அம்மா, நீங்க ஏம்மா சாவணும்?'

'நா, சாவக்கூடாது இல்லே!'

'ஆமா!'

'அப்படீன்னா நா சொல்ற மாதிரி செய்யி!'

'நம்ம பொண்ணக் கூட்டிக்கிட்டு இப்பவே கௌம்பிடு!'

'என்னம்மா இது? அவளுக்கு இப்பதான் டீச்சர் ட்ரெயினிங் கெடச்சிருக்குது. ரெண்டு வருசத்துல அவ டீச்சராயிடுவா! அதப் பாருங்க'

'நீ படிக்கவையி! அதுக்கு எவ்வளவு செலவோ நாம் பாத்துக்கிறேன். முன்ன அவ உயிரக் காப்பாத்தணும் அதப்பாரு மொதல்ல! அவளக் கூட்டிக்கினு இப்பவே கௌம்பிடு!'

'என்னம்மா இது? எங்க வீட்டுக்கு நா என்ன சொல்றது?'

'அதெல்லாம் உன்னால முடியும் அவளப் படிக்க வெப்பியோ என்னா பண்ணுவியோ தெரியாது. அவ உம்மேல பிரியமாத்தான்கீறா, தெரியுதா? வேற வளியில்ல உங்க ரண்டு உசுரு மட்டுமில்ல எங்க ரண்டு உயிரும் போகாம கீணும்னா இதத்தவிர வேறு வளியில்ல போ, நல்லா பொளங்க.'

கைகளைக் கூப்பிக் கண்ணில் நீர் வழிய பொன்மணியை அவனிடம் ஒப்படைத்தாள். பணத்தாள் நிரம்பிய பையொன்றை அவன் கையில் திணித்துவிட்டு இருளில் மறைந்தாள் மங்கா மாரியம்மன்.

40

சிகாவும் பொன்மணியும் ஒருவர் முகம் ஒருவருக்குத் தெரியாத இருட்டில் ஊரைவிட்டுக் கிளம்பினர். இவர்களோடு சுந்தரேசனும் சற்று நேரங்கழித்து வந்தவன் இருசக்கர வாகனத்தில் புறப்பட்டான். ஊர் எல்லையைக் கடந்திருப்பார்கள் சுந்தரேசன் அவர்களைப் பிடித்து விட்டான். இருவரும் வண்டியில் ஏறிக் கொண்டனர். விரைந்தது வண்டி. பதினைந்து நிமிடத்தில் பிரதான சாலையை அடைந்த வண்டி முன்னிலும் வேகமெடுத்தது. மூவரும் அரூர் சேலம் புறவழிச் சாலையை அடைந்தனர். அருகில் உள்ள சாமிக்கண்ணு ஆசிரியர் வீட்டில் வண்டியை நிறுத்திவிட்டு வந்த சுந்தரேசன் இருவரையும்

சேலம் பேருந்து நிறுத்தத்துக்கு அழைத்து வரவும் சேலம் செல்லும் வண்டி வரவும் சரியாய் இருந்தது. எளிதில் யாரும் கண்டுபிடிக்க முடியாத மாதிரி சால்வையால் நன்கு போத்திக் கொண்டும், பனிக் குல்லாயைப் போட்டுத் தலை, முகத்தை நன்கு மூடிக் கொண்டுமிருந்தனர். மூவரும் தனித்தனி இருக்கைகளில் அமர்ந்தனர். பழைய பாடல்கள் ஒலித்துக் கொண்டிருந்தவாறு வண்டி விரைந்து கொண்டிருந்தது. பாட்டின் இசையிலும் சொல்லினிமையிலும் தன்னை மறந்து லயித்துக் கொண்டு வந்தான் சுந்தரேசன். அவ்வப்போது இருவரையும் திரும்பித் திரும்பி பார்த்துக்கொண்டே வந்தான். பாடல்களின் தாலாட்டில் தலை துவண்டாலும் திடுக்கிட்டுத் தலையை உதறி உதறி அவர்களைக் கவனித்துக் கொண்டு வரத்தவறவில்லை. பேருந்தின் மங்கிய ஒளியும், பாடல்களின் இனிய நாதமும் சேர்ந்து தூரத்தையும் நேரத்தையும் மறக்கடித்துவிட்டது போல, அவ்வளவு சீக்கிரமே சுந்தர்லாட்ஜ் நிறுத்தம் வந்துவிட்டது. மூவரும் இறங்கினர். அருகிலேயே சாலையின் இடதுபுறம் ஆட்டோ நிறுத்தம். ஒரு ஆட்டோவைப் பிடித்து நேரே கன்னங்குறிச்சிக்கு விரைந்தனர். கவிஞரும் எழுத்தாளருமான இளமுருகுவின் வீட்டை அடைந்தனர். சுந்தரேசன் அழைப்பு மணியை அழுத்தினான். நல்ல உறக்கம் போலும். யாரும் கதவைத் திறக்க வில்லை. மீண்டும் இரண்டு மூன்று முறை விட்டுவிட்டு மீண்டும் அழுத்தினான் இம்முறை கதவு திறந்தது. ஒரு வயதான அம்மா

'யாரு இந்த நேரத்துல! யார் வேணும்?'

'அய்யாவாப் பாக்கணும்மா!'

'அய்யாவா?'

'நல்லா தூங்கிட்டிருக்கார், ஒடம்பு செரியில்லாதவரு! இந்த நேரத்துல அவர எழுப்ப முடியாது காலைல எட்டுமணிக்குமேலே வாங்க!' என்று திரும்பினார்.

பாதி திறந்த கதவின் வழி தெருவின் விளக்கொளி வீட்டில் பாய்ந்தது. இயற்கைப் பிரச்சினைக்கு கழிவறை சென்று வந்த எழுத்தாளரின் துணைவியார் கதவு திறந்ததைப் பார்த்து வெளியே எட்டிப் பார்த்தார். 'யாரு சுந்தரேசந் தம்பியா! என்ன தம்பி இந்த நேரத்துல உள்ளே வாப்பா!'

'இல்லிங்கம்மா, அப்புறம் வறம்!'

'கதவத் தட்டிக் திறக்க வச்சிட்டு அப்புறம் என்னா அப்புறம். நாங்க எழற நேரந்தான் வா!'

'அம்மா! வந்து, வந்து...'

அவன் தயக்கத்தைக் கண்டு கண்களை அகல விரித்து தலையை வெளியே நீட்டிப் பார்த்தார். 'யாரு இவங்க உங்ககூட வந்தவங்களா? ஏ அங்க நின்னுகிட்டு அவங்களயும் உள்ள வரச்சொல்லு!'

'வா சிகா! பொன்மணியக் கூட்டிக்கிட்டு வா!' அம்மா, அய்யா எழுந்திட்டாங்களா?'

'எழ்ற நேரந்தான், உட்காருங்க, நல்ல குளிர்ல வந்திருக்கிறீங்க, இருங்க சூடா ஏதாச்சம் கொண்டு வர்றேன். ஆங் டீயா, காபியா?'

'வழக்கமா நீங்க என்ன போடுவிங்களோ அதே போதும்!'

'உன்னப் பத்தி தெரியும்! இவங்களுக்கு என்ன பிடிக்குமோ?'

'அதெல்லாம் ஒண்ணுமில்ல! நீங்க என்ன வேணும்னாலும் குடுங்க அதுபோதும்!

சமையற் கட்டுக்குப்போகக் காலெடுத்துச் சற்றுத் திரும்பி, 'இந்தத் தம்பி இங்க வந்திருக்கார்ல? உன்னோடுதான் வந்திருப்பார் போல! என்னடா எங்கயோ பாத்தமாறி இருக்குதேன்னு நெனச்சேன்!'

'ஆமாங்கம்மா! என்னோட ரெண்டு முறை வந்திருக்கான். இவனும் கவிதை கிவிதையெல்லாம் எழுதுவான். நெறையவும் படிப்பான்.'

'அதான கேட்டன். அய்யாவ பின்ன யாரு பாக்க வருவா? சரி சரி பேசிக்கிட்டே இருக்கம்பாரு நானு. பாவம் குளிர்ல வந்திருக்கிறீங்க அந்தக் கதவ சாத்தப்பா சுந்தர்!'

ஆவி பறக்க காபி வந்தது! குளிருக்கு இதமாக இருந்தது. ஒரு இரண்டு விழுங்கு சுவைத்துச் சுவைத்து உறிஞ்சிய சுந்தரேசன். 'ஏங்கம்மா! இந்தக் காபில என்னம்மா அப்படிக் கலப்பீங்க! தேன் கெட்டது போங்க!'

'ஏம்பா, நல்லா இல்லயா காபி!'

'அய்யோ, அம்மா! அய்யாவே சொல்லுவார்! இந்தக் காபி ஒண்ணுக்கே நா வாழ்நாள் அடிமைம்பாரு!'

'காபிக்கு மட்டுந்தானா?'

'ஒண்ணுக்கே நா முழுசா அடிமை! மத்ததுக்கு நா என்ன செய்வேன், நா ஒரு ஆளுதானேம்பாரு, மொத்தமா எல்லாத்துக்கும்னுகூட வச்சிக்கலாம்னு ஒரு சிரிப்பு சிரிப்பாரு பாருங்க! அதுக்கு நான் என்ன

உதாரணம் சொல்லுவேன்! அப்படிப்பட்ட சிரிப்பு அது! எதோடயும் ஒப்பிடவே முடியாது!'

'நீயும் உங்க அய்யாவும் கதை கட்டறவங்கன்னு தெரியுமே! எப்பா எனக்கு நெறய வேல இருக்கு உங்க அய்யாவும் வந்துடுவாரு பேசிக்கிட்டிருங்க!'

கால்கள் சமையல்கட்டுக்கு விரைந்தன. முகத்தைத் துண்டால் அழுத்தத் துடைத்துக் கொண்டு இளமுருகு வரவேற்பறைக்கு வந்தார். பதற்றத்துடன் எழ முற்பட்ட சுந்தரேசனையும் சிகாமணியையும் கையமர்த்தி அமரச் சொன்னார். அருகில்வந்து அமர்ந்து வாஞ்சையாய் சுந்தரேசனின் தோள்களை அழுத்திக் கண்களாலேயே அன்பு தழுவ விசாரித்தார். இவனும் எப்படிச் சொல்வதெனத் தயங்குவதைக் கண்டு, ஏதோ பிரச்சினை என்பது மட்டும் அவருக்கு நன்றாகப் புரிந்தது. மேலே போய் பேசிக் கொள்ளலாம் என்று சைகை செய்தார்.

'இருங்கோ மேல போயிடாதிங்க! காபியக் குடிச்சிட்டுப் போங்க!' உள்ளேயிருந்து மனைவியின் குரல்.

'மேலே அவ்வளவு சீக்கிரமா போகமாட்டோம். செய்ய வேண்டிய வேலை நெறைய இருக்கு பாரு!'

'அய்யோ சாமி! என்ன வார்த்தை சொல்றீங்க பாரு! எழுத்தாளர் மட்டுமில்ல பேச்சாளர்னும் காட்றார் பாரு சுந்தர்! அதுக்கு இப்படியா சொல்லுவாங்க! மறந்து கூட இப்படியெல்லாம் சொல்லிடாதீங்க!' கண்களைத் துடைத்துக் கொண்டே கூறினார் அம்மா.

'பைத்தியம்! பைத்தியம்! நெருப்புன்னா சுட்டுடுமா என்னா? நான் இப்பத்திக்குப் போகமாட்டேன் நூறு நூத்தி ஒண்ணாவது பிறந்தநாள் நீதான கொண்டாடப் போற!'

'அடேங்கப்பா, அவ்வளவு நாள் நா இழுபடணுமா?'

'பாத்தியா பாத்தியா! நீயே இப்ப சொல்லிட்டதானே! சும்மா ஒரு பேச்சு முறைக்குச் சொல்றதயெல்லாம் பெருசா அர்த்தம் எடுத்துக்கிட்டு குமையக் கூடாது. காபி பிரமாதம் எப்படி சுந்தர்? இந்தக் காப்பிக்கே காலமெல்லாம் உங் காலச் சுத்திக்கிட்டு கெடப்பேன்! உனுக்கு தெரியுமா சுந்தர்? காநாசு நல்ல காப்பிக்காக ஆட்டோ வச்சிக்கிட்டு போவாராம் ஒரு கடைக்கு? நமக்குப் பாரு ஆட்டோ செலவும் மிச்சம். அதுக்குச்செலவு பண்ற நேரமும் மிச்சம்!'

‘சும்மா உட்டுக்கிட்டே இருக்காதிங்க! மேலே போயி பேசிக்கிட்டிருங்க காத்தால ஆகாரத்துக்கு ஏதாவது செஞ்சிட்றேன். உங்க அய்யாவ கூட்டிக்கிட்டு மாடிக்குப் போப்பா சுந்தரு!’

41

‘என்னப்பா, இவ்வளவு காத்தாலேயே வந்திருக்கீங்க! ஒண்ணும் பிரச்சனை கிரச்சினை இல்லையே!’

‘பிரச்சினை தாங்கய்யா! சிகாவப் பாத்திருக்கீங்க!’

‘ஆமா, ஆமா! நல்லா நினைவிருக்கு கவிதைகூட ரெண்டு மூணு காட்டினாரு நல்லாதான் இருந்திச்சி! தொடர்ந்து எழுதிக்கிட்டே இருக்கணும். நல்ல எதிர்காலம் இருக்கு!’

உரையாடல் வேறுதிசையில் செல்வதை மறித்த சுந்தரேசன்.

‘ஐயா, ஒரு பெரிய பிரச்சினையில மாட்டிக்கிட்டோம். அதிலருந்து எப்படித் தப்பிக்கிறது, எப்படிக் காப்பாத்திக்கிறது நீங்கதான் ஒரு வழி சொல்லணும்’

‘என்னன்னு சொல்லு, முடிஞ்ச வரைக்கும் பார்ப்போம்!’

‘அய்யா நானும் இவனும் ஒரே பள்ளியில வேல பாக்குறம். ஒரே வீட்டுல தங்கியிருக்கிறம். அந்த வீட்டார் எங்கள அவங்க ஆளுங்களாவே ஏத்துக்கிட்டாங்க. அவ்வளவு நெருக்கம். எங்ககூட வந்திருக்கே இந்தப் பொண்ணு அவங்க வீட்டுப் பொண்ணுதான். எட்டாவதோட நின்னுட்டதால நாங்கதான் அதப்பத்தாவது அதுக்கும்மேலே பிரைவேட்டா படிக்க வச்சித் தயார் செஞ்சோம்’

‘புரியது புரியது! லவ்வா!’

‘சரி சரி செஞ்சிடுவோம்! முதல்ல நா சில நண்பரோடு போயி அவங்களோட பேசிப்பாக்குறோம், உனக்குன்னு வந்தப்புறம் நான் சும்மா இருக்க முடியுமா? உங்கள எப்படியும் சேத்து வைக்கிறதுதான் என் முதல் வேலை!’

‘அய்யா, நீங்க செய்வீங்க! அது எனக்கே நல்லா தெரிஞ்சிதான் இங்க வந்திருக்கிறன். நம்ம சிகாவுக்குதான் நீங்க செஞ்சி வைக்கிணும். அது ஒண்ணும் பிரச்சனையில்லை. அவங்க சம்மதத்தோடுதான் நாங்க புறப்பட்டு வந்திருக்கிறோம்’.

'அவங்க சம்மதிக்கும்போது ஏன் வெளியேறணும். இருந்து முடிக்கலாமில்ல!'

'அதுதான சிக்கல்! எங்க தலைமையாசிரியர் ஒரு சாதியர். சாதி சங்கத்தோடு பொறுப்பில இருக்கிற அந்தப் பகுதி பிரமுகர். இந்தப் பொண்ணு அவருக்குச் சொந்தம் வேற. இவன் சாதிச்சான்றப் பாத்துட்டு ஊர்ல விஷத்தக் கிளப்பிட்டாரு. உயிருக்கே பாதுகாப்பில்லைன்ற நிலைமையிலதான் இங்க வந்திருக்கிறோம்.'

'அப்படியா! ஒண்ணும் கவலைப்படாதே! நாளைக்கே இவங்களத் திருச்சி மாவட்டத்துல துறையூர் பக்கம் அனுப்பி வெச்சிடறேன். நல்லா பாதுகாப்பு. அங்க ரங்கநாதபுரத்துல என் நண்பர் சுந்தரராசு இருக்கார். அவரும் புலவர், தமிழாசிரியர், கவிதையெல்லாம் எழுதுவாரு. அந்த ஊர்ல அவர மிஞ்சி காத்துகூட அசையாது. ஒண்ணும் கவலைப்படாதே எங்க அந்தப் பொண்ணு?'

'அம்மா, அவள இங்கேயே இருக்கட்டும், நீங்க மட்டும் போங்கன்னு சொல்லிட்டாங்க!'

மாடியில் நான்கு படி ஏறிவந்த இளமுருகுவின் துணைவியார், 'பசிக்கலயா? ஏப்பா சுந்தரு! ஒங்க அய்யாவுக்குப் பேச ஆள் கெடச்சா போதும், பசியே எடுக்காது உங்களுக்குமா பசிக்கல? எல்லோரும் வாங்க! சாப்ட்டுட்டு அப்புறம் பேசுவீங்க!' என்று குரல் கொடுத்தார்,

'எப்பா, நீங்கள்ளாம்இருக்கிறதால சும்மா விட்டுட்டங்க. எழுங்க எழுங்க! மொதல்ல சாப்பிடுவோம். அப்புறம்தான் மத்ததெல்லாம்.'

'குளிச்சிடுங்களேன் இங்கவே எல்லா வசதியும் இருக்கு!'

'இருக்கட்டுங்கய்யா! நாங்க பாத்ரூம் போகும்போத பல்லு வெளக்கி மொகம் கழுவிட்டோம். அப்புறம் குளிச்சிக்கலாம்'

'அப்புறம்னா!'

'நாங்க அவசரமா புறப்படணும்!'

'என்னா பேசற நீ! இங்க வந்திட்டில்ல இனி எம் பொறுப்பு! யாரும் எங்கயும் போக வேண்டாம். இது பாதுகாப்பான எடந்தான். தெரியுதா! அம்மா சத்தம் போடுவாங்க! மொதல்ல சாப்பிடுவோம். மதிய சாப்பாட்டுக்கு முன்னகூட குளிச்சிடலாம் சரியா!'

'குளிக்கிறது ஒரு பிரச்சினையா? நீங்க காட்டுற ஆதரவு தாங்கய்யா முக்கியம். சரி சரி பாத்து எறங்குங்க!'

'அய்யா நீங்க பாத்துங்கய்யா!'

'ஆகா, பொங்கல், வடை சட்னி, சாம்பார், சூடும் சுவையும் போட்டிப் போட்டுக் கொண்டு சொர்க்கம்னா இதுதாம்பா சொர்க்கம்.'

'மண்ணில் நல்ல வண்ணம் வாழலாம்னு பாடினானே அது பொய்யில்லப்போ!'

'நம்ம அம்மா கை ருசியை அனுபவிக்கும்போதுதான் மனிதப் பிறவியின் மகத்துவமே புரியுது!'

'ஏற்கனவே மார்கழிக்குளிர்ல நான் படாத பாடுபட்டுக் கிட்டிருக்கிறேன். இது வேற சேந்தா. சளிகிளி பிடிச்சிக்கிட்டா என்ன பண்றது?' அவசரமா பண்ணது! உப்பு காரம் எப்படி இருக்குமோ! அவரு சும்மாவே புகழுவாரு! நீங்க சொல்லுங்க எப்படி இருக்கு, பரவால்லியா?'

'அய்யோ அம்மா! அய்யா சொன்னது கொஞ்சந்தான். என்னம்மா வச்சிருக்கிறீங்க உங்க கையில! உங்க கைப்பட்டதும் இப்படி ஒரு ருசி வந்துடுதே! எப்படிம்மா!'

'அய்யா ஜாடின்னா அதுக்கேத்த மூடிதாம்போ!'

செல்லமா ஒரு கோபத்தைக் காட்டிப் பொங்கலை மூவர் தட்டுகளிலும் தள்ளினார் அம்மா. அவர்கள் போதும் போதும் என்று எவ்வளவோ போராடியும் விடவில்லை அம்மா!

'அம்மா, எங்களுக்கு மொத மொதல்ல, கலை, இலக்கியம், சமூகம்ன்ற பார்வைய கொடுத்தவரு தெய்வம் என்கிறவர் அவர்தான். வான்மதியக் குடுத்து எங்களப் படிக்க வச்சது. அதப் படிச்சிட்டுத்தான் அய்யாவத் தேடி வந்து...'

'ஒட்டிக்கிட்டதோ'

ஆமாங்கம்மா! அவரு ஆங்கிலம், தமிழ் இரண்டிலும் பொளந்து கட்டுவாரும்மா! அவரோட துணைவியார் சிவகாமி டீச்சர் அவரு செவிக்குச் சுவைன்னா டீச்சரம்மா நாக்குக்குச் சுவை கொடுப்பார். ஒருநாள் புரோட்டா செஞ்சிருந்தாங்க! அந்தப் புரோட்டாவுக்கு கோலாஷ்னு ஒரு கறி செஞ்சாங்க பாருங்கம்மா!'

'அது என்ன கோலாஷ¬? கேள்விப்படாத பேரா இருக்கே!'

'ஆமாங்கம்மா! இத டாக்டர்தான் எங்கயோ முஸ்லிம் நண்பர்கள் வீட்டுல சாப்பிட்டுட்டு வந்து டீச்சரம்மாகிட்டச் சொல்லியிருக்காரு, கேட்டத வச்சிக்கிட்டே அவ்வளவு பிரமாதமா செஞ்சிட்டாருங்கம்மா!'

'அத என்னண்ணு சொல்லலியே நீ!'

'சொல்றன்...' புரையேறி திக்குமுக்காட அம்மா பதறி குவளைத் தண்ணீரைக் குடிப்பாட்டித் தலையில ஒரு தட்டு தட்டினார்கள்.

'எப்பா கோலாஷுவும் வேணா ஒரு மண்ணும் வேணா. நீ கவனமா சாப்பிடு'

'இல்லங்கம்மா? ஒண்ணுமில்ல சரியாயிடிச்சி! அது ஒண்ணுமில்லங்கம்மா, உருளக் கிழங்கும், ஆட்டுக்கறியும் சமமா எடுத்துக்கிட்டு, பச்சமிளகா வெங்காயம் நறுக்கி வதக்கிப் போட்டு கொஞ்சம் இஞ்சிய நசுக்கிப்போட்டு கடலமாவக் கரைச்சி அதுல வேகவச்சி செய்யறதுதாம்மா! இத அவங்க அவ்வளவு ருசியா செஞ்சிடுவாங்கம்மா!'

'இன்னிக்கே நம்ம அம்மாவ செய்யச் சொல்லிடுவோம்! சாயந்திரம் மெனு இதுதான்னு வச்சிக்கலாமே!'

அய்யாவின் முகத்தில் அப்படியொரு மலர்ச்சி. 'மைதாமாவு ரொட்டி ரொம்பக் கேடுன்னு நீங்கதானே படிச்சிப் படிச்சி சொன்னீங்க!'

'ஆமா சொன்னேன்! இந்தக் கோலாஷுக்காக ஒரு தடவ அனுமதிச்சுடுவோம் எப்படி?'

கலகலவென சிரிப்பலை வீடு முழுதும் பரவிக்களித்தது. அன்பும், பரிவும் கனிவும் குழைந்து விருந்தோம்பல் ஒரு இசை நாடகத்தை அரங்கேற்றிக் கொண்டிருந்தது.

'ஏம்பா, இந்தப் பொண்ணு எதுவுமே பேசாம இருக்கிறாளே, நாமளே பேசிக்கிட்டிருக்கிறோமே பரவால்லியா எல்லாம் சேந்து இவள மறந்துட்டா எப்படி?'

அம்மாவின் பரந்த மனசிலிருந்து எழுந்த இந்த அரவணைப்புக் குரலை எல்லாரையும் சமமாக நேசிக்கும் அந்த அன்புக்குப் பதில் சொல்ல வழியின்றி வாயடைத்துப் போயினர். குற்ற உணர்ச்சியில் ஒருவரை ஒருவர் பார்த்துக் கொண்டனர்.

'நல்லா சாப்பிடுமா, கண்ணு! என்ன அப்படியே வச்சிருக்கிற நல்லா இல்லியா? அப்ப இவங்க சொல்றதல்லாம் சும்மாவா? வந்த எடத்துல எப்படி நல்லா, இல்லன்னு சொல்றதுன்னு யோசிக்கிறயா?'

அவள் தலையைப் பலமாக இப்படியும் அப்படியும் ஆட்டினாள்.

மெதுவாக தண்ணீருக்குள்ளிருந்து வருவதுபோல் ஒலித்தது அவள் குரல். அவள் பேசியது அவளுக்கே கேட்டிருக்குமோ என்னவோ, அம்மா அவளது மோவாயை விரலால் தூக்கி, 'நல்லா இல்லன்னு எப்படி சொல்றதுன்னு மெதுவா முணுமுணுக்கிறியாம்மா?'

அவள் மீண்டும் இல்லை இல்லை என்பதுபோல் தலையை இப்படியும் அப்படியும் ஆட்டினாள்.

'அப்ப சாப்பிடு, ஏன் வச்சிக்கிட்டு வேடிக்கை பாக்குற! அங்க பாரு எப்படி சாப்பிடறாங்க!'

அவள் இதழ்க் கடையில் மெல்லிய சிரிப்பொன்று அரும்பியது.

'அப்பா இப்பதாம்பா சிக்கனமாவாவது சிரிக்கிறா! எங்கண்ணு!' முகத்தை வருடினாள் அம்மா.

'சாப்பிடு சாமி', ஊட்டி விடுவதுபோல் கையில் கொஞ்சம் பொங்கலை பிசைந்து எடுக்க, அவள் தனது கையால் தடுத்து, 'நானே சாப்பிட்டுக்கிறேம்மா!' என்றாள்.

'அப்பாடா! இவ்வளவு நேரமாச்சி இவக்கிட்ட வார்த்த வாங்றதுக்கு! எல்லோரும் மகிழ்ச்சி பொங்கப் பொங்கச் சிரிப்பால் சூழலை கலகலப்பாக்கினர். அம்மாவின் முகத்தில் ஆயிரம் மின்விளக்கின் பேரொளி. அவள் கன்னமிரண்டும் குப்பென்று சிவக்கத் தலைகுனிந்தவாறே பொங்கலை விழுங்கினாள். லேசாக விக்கினாள். அம்மா பதற, அவளே நீரெடுத்துப் பருகி மீண்டும் சிறிது பொங்கலை எடுத்து வாயில் போடத் தொடங்கினாள். அம்மாவின் முக வெளிச்சத்தில் இவள் முகமும் பளிச்சென மின்னியது.'

42

'நா சொல்றத நல்லா கவனமா கேட்டுக்குங்க. சுந்தரராசுவுக்கு ஏற்கனவே அலைபேசியில சொல்லிட்டேன். நீங்க நேரா ரங்கநாதபுரம் போயிடுங்க. ஏம்பா சாரதி! உனக்குத் தெரியுமில்ல வழி?'

'ஆத்தூர், தம்மம்பட்டி வழியா துறையூரு, தெரியுங்கய்யா'

'பத்திரமா கூட்டிக்கிட்டுப் போப்பா! அங்க ஊருக்குள்ள போயி வீடு கீடு கண்டுபிடிக்க முடியலன்னா, இந்த எண்ணக் குறிச்சிக்க சுந்தர்! இதுதான் அவரோட எண்ணு. நா அனுப்பிச்சதா சொல்லிக் கூப்பிடு. அவரே வந்து அழச்சிட்டுப் போவாரு!'

சிகாமணியும் பொன்மணியும் முன்னே இறங்க சுந்தரேசன் அவர்கள் பின்னால் வர காரின் கதவைத் திறந்து வைத்து ஓட்டுநர் காத்திருக்க, உள்ளே நுழைய பொன்மணி காலெடுத்து வைத்தாள். திடீரென இரண்டு மூன்றுபேர் கையில் அரிவாளோடு 'போட்றா அவங்களை!' என்று கத்திக்கொண்டு ஓடி வந்தனர்.

ஓட்டுநர் சாமர்த்தியமாக ஏற்கனவே இயக்கி வைத்திருந்ததால் அய்யா பொன்மணியையும் சிகாவையும் உள்ளே வேகமாகத் தள்ளியதுதான் தாமதம் வண்டியைக் கிளப்பிவிட்டார். ஓர் அரிவாள் வீசிய வேகத்தில் காரின் எண் தகடை ணங்கென்று தாக்கிவிட்டு கீழே சரிந்தது. பொன்மணியையும் சிகாமணியையும் மறைத்துப் பாதுகாத்து இரு கைகளையும் விரித்து நின்ற சுந்தரேசன் தோளிலும் கழுத்திலும் வீச்சரிவாள் ஆழமாக இறங்கியது. ரத்தம் பீறிட்டுப் பெருகியது. அய்யாவின் கைச்சட்டை கிழிந்து முழங்கையைக் கீறிக்கொண்டு விழுந்தது ஓர் அரிவாள். வேட்டியெல்லாம் சிவப்பாக்கிக் கொண்டு வழிந்தது ரத்தம். அதற்குள் கூட்டம் தெருவை அடைத்துக் கொண்டு பிடி! பிடி! எனக் கூவிக் கொண்டு அதில் நான்கைந்துபேர் துரத்த ஒருவன் கால் தடுக்கிக் கீழே விழுந்தான். இவனைப் பிடித்து எழுப்புவதற்குள் மற்றவர்கள் தப்பித்து விட்டனர். மொத்து மொத்தென்று விழுந்தது தர்மஅடி.

'யார்றா நீ? அய்யாவ வந்து தாக்குற?'

அவனைப் பிடித்து இழுத்து வரவும், அதற்குள் காவல்துறைக்கு அங்கிருந்தவர்கள் தகவல் சொல்ல ஓர் ஆய்வாளர் நான்கைந்து காவலர்களுடன் வந்து அவனைப் பிடித்துச் சென்றனர்.

நூற்றியெட்டும் வந்தது. சுந்தரேசன், அய்யா ஏற்றப்பட்டனர். அம்மா கதறிக் கதறித் துடித்தார்கள். இளைஞர் இருவர் அம்மாவைக் கைத்தாங்கலாக வண்டியில் ஏற்றிவிட்டனர். அவர்களும் இருசக்கர வாகனத்தில் 108ஐப் பின்தொடர்ந்தனர்.

★★★